பணிக்கர் பேத்தி

பணிக்கர் பேத்தி

ஸர்மிளா ஸெய்யித் (பி. 1982)

இலங்கையின் ஏறாவூரில் பிறந்தவர். சமூகப் பணித்துறையில் பட்டப்படிப்பையும் இதழியல், கல்வி முகாமைத்துவம், உளவியல் துறைகளையும் பயின்றவர். பத்திரிகைத் துறையில் பணியாற்றியவர். சமூகச் செயற்பாட்டாளர். 'மந்த்ரா லைஃப்' நிறுவனத்தின் நிறுவனர்.

இதுவரை 'சிறகு முளைத்த பெண்', 'உம்மத்', 'ஒவ்வா', 'பணிக்கர் பேத்தி' ஆகிய படைப்புகள் வெளிவந்துள்ளன.

மின்னஞ்சல் : sharmilaseyyid@yahoo.com

ஸர்மிளா ஸெய்யித்

பணிக்கர் பேத்தி

காலச்சுவடு பதிப்பகம்

அன்பார்ந்த வாசகருக்கு,

வணக்கம்.

காலச்சுவடு நூலை வாங்கியமைக்கு நன்றி.

நூலின் உள்ளடக்கம், உருவாக்கம், அட்டைப்படம் இன்ன பிற அம்சங்கள் பற்றிய உங்கள் கருத்துகளையும் ஆலோசனைகளையும் காலச்சுவடு வரவேற்கிறது. தகவல், எழுத்து, வாக்கியப் பிழைகள் தென்பட்டால் கட்டாயம் தெரிவித்து உதவுங்கள். நூல் தயாரிப்பில் கடும் குறைபாடு இருப்பின் மாற்றுப் பிரதி உங்களுக்குக் கிடைக்கக் காலச்சுவடு ஏற்பாடு செய்யும்.

மின்னஞ்சல்: publisher@kalachuvadu.com

காலச்சுவடு நாகர்கோவில் தலைமையகத்துக்கும் கடிதம் அனுப்பலாம்.

தங்கள்
எஸ்.ஆர். சுந்தரம் (கண்ணன்)
பதிப்பாளர் — நிர்வாக இயக்குநர்

பணிக்கர் பேத்தி ❖ நாவல் ❖ ஆசிரியர்: ஸர்மிளா ஸெய்யித் ❖ © ஸர்மிளா ஸெய்யித் ❖ முதல் பதிப்பு: டிசம்பர் 2018, இரண்டாம் பதிப்பு: மார்ச் 2021 ❖ வெளியீடு: காலச்சுவடு பப்ளிகேஷன்ஸ் (பி) லிட்., 669, கே.பி. சாலை, நாகர்கோவில் 629001

paNikkar peetti ❖ Novel ❖ Author: Sharmila Seyyid ❖ © Sharmila Seyyid ❖ Language: Tamil ❖ First Edition: December 2018, Second Edition: March 2021 ❖ Size: Demy 1 x 8 ❖ Paper: 16 kg maplitho ❖ Pages: 104

Published by Kalachuvadu Publications Pvt. Ltd., 669 K.P. Road, Nagercoil 629001, India ❖ Phone: 91-4652-278525 ❖ e-mail: publications @kalachuvadu.com ❖ Printed at Mani Offset, Chennai 600077

ISBN: 978-93-86820-83-9

03/2021/S.No. 852, kcp 2980, 16 (2) urss

உம்மம்மாவுக்கு

ஒன்று

வெகுகாலத்திற்கு முன்பு இப்போதைய இலங்கை ஜனநாயக சோஷலிசக் குடியரசு சிலோனாக இருந்தபோது நெல் குத்துவதற்குப் பல மைல் தொலைவுக்குச் சென்றுவந்ததையும் நெற்கலன்களைச் சுற்றி சுவாலை விட்டு எரியும் நெருப்பின் வெதுவெதுப்பையும் நினைந்தபடியிருந்தாள் சகர்வான் அலிமுகம்மது சக்கரியா. அலிமுகம்மது அவளது தகப்பனாரின் பெயர். சக்கரியா கணவனது பெயர். அசாதாரண மகிழ்ச்சி அவளை ஆட்கொண்டு விட்டதுபோலக் கள்ளங்கபடமற்றிருந்தாள். நீண்ட யாத்திரை முடிவுக்கு வந்துவிடப் போவதான நிச்சயமான நம்பிக்கை ஒரு பனிக்கட்டியாக இறங்கி அவளது உடலைக் குளிரச்செய்துகொண்டிருந்தது. எந்தவொன்றையும் இருகரம் ஏந்திப் பெறும் புதுத் தெம்புடன் அவள் மிக நிதானமாகத் தெரிந்தாள்.

கட்டடங்கள் நிரம்பி நிற்கிற ஏறாவூர் நகர், பௌதீகக் காலநிலைத் தன்மைகளை முடிவுறுத்தும் மரங்கள் நிறைந்த பசுமை கொழித்திருந்த கிராமமாக, சிறுபிராயத்தில் பார்த்தது போன்று மீட்டெடுக்க விரும்பியது சகர்வானின் மனது. இளம் பிராய நினைவுகளின் அடுக்குகளில் பதிந்திருக்கும் சின்னஞ்சிறு பொன் மணல் ஒழுங்கைகளை, கிளைத்தெருக்களின் உள் அழகை, ஓலை வேய்ந்த களிமண் வீடுகளை, பூவரச மரங்களிலிருந்து பாரபட்சமேயில்லாது சிலுசிலுத்துக் கிளம்பிவரும் காற்றை, முருங்கை, கருவேல, நாவல் மரங்களை, வியப்பூட்டும் ஆல மரங்களையெல்லாம் துல்லியமாக எடுக்கப்பட்ட புகைப்படங்களைப் பார்ப்பதைப்

போல நினைவுகொண்டாள். அந்த அதி அற்புதமான காலம் இனியொருபோதும் சாத்தியமானதில்லை என்று தெரிந்தும் அதையே மீண்டும் மீண்டுமாக முயன்றபடியிருந்தாள். மர்மங்கள் நிறைந்த காடுகள் இருந்த இடங்களிலெல்லாம் இன்று கான்கிரீட் வீடுகளும் கட்டடங்களும் முளைத்து இயல்புத் தன்மைகளை முற்றிலும் இல்லாது செய்திருந்தபோதும் அந்தக் காலத்தின் நினைவுத்தடங்கள் வழியாக சென்று திரும்புகிற அனுபவம் அவளுக்குப் புது உற்சாகத்தைத் தருவதாக இருந்தது. ஏறாவூரின் வனப்பு எல்லையற்ற இயற்கையின் மர்மங்களைக் கொண்டிருந்த காலத்தே வாழ்ந்த பெருமை அவளின் உதடுகள் பிரியப் புன்னகைக்கச்செய்தது. வாழ்வினுள்ளே முற்றாகக் கரைந்துபோவதல்லாது வாழ்வதில் இருக்கும் சூட்சுமங்களை ஏறாவூர் மண்தான் அவளுக்குப் பழக்கப்படுத்தியது. அவளது இதயத்தில் நிரந்தரமாகத் தங்கியிருக்கும் வீடுகளையும் மணல் தெருக்களையும் மரங்களையும் மனப்பாடமாகப் பதித்துக்கொண்ட எளிமையான புகைப்படங்களாக மனத்திலே தெளிவாக இருத்திக்கொண்டிருந்தாள்.

“இப்போது வலி எப்படியிருக்கு?” நாடி பிடித்துக் கைக்கடிகாரத்தையே பார்த்துக்கொண்டிருந்த டாக்டரைப் புன்னகைத்துப் படுத்திருப்பவளின் பார்வையில் ஒளிந்திருந்திருக்கக் கூடிய மர்மங்களைக் கண்டறியும் அசாதாரண அறிவை விஞ்ஞானமும் மருத்துவமும் சொல்லித்தருவதில்லை. சகர்வானின் அகநிலையைக் காண முடியாதவாறாக அருகில் நின்று கொண்டிருந்த தாதிப் பெண்ணிடம் நேரத்திற்கு மருந்துகளைத் தருமாறு கூறி நகர்ந்தார்.

நள்ளிரவு 12.30. பெரும்பாலான நோயாளிகள் ஆழ்ந்து உறங்கிவிட்டிருந்தனர். சிலர் உறக்கமில்லாமலே கண்களை மூடி வலமும் இடமுமாகப் புரண்டு கொண்டிருந்தனர். அவளால் புரண்டுபடுக்க முடியாது. வயிற்றைப் பிளந்து அறுவைசிகிச்சை செய்த பச்சைப் புண்ணுடலோடு கிடந்தாள். இரு தினங்கள் முன்பு மரணத்தை எதிர்கொண்டிருந்தவள். சமிபாட்டுத் தொகுதிக்கு அருகில் சிறுகுடலில் வாழைப்பூ வடிவில் கிட்டத்தட்ட அதே அளவிலுமாகப் பெருத்துவிட்டிருந்த சதைக்கட்டியைப் பார்த்து டாக்டர்கள் கிட்டத்தட்ட அதிர்ந்தார்கள். அத்தனை பெரிய கட்டி ஒன்றோ, இரண்டு நாட்களில் வளர்ந்துவிடுவதில்லை, ஒன்பதோ பத்து ஆண்டு காலமாக வயிற்றுக்குள் உருவாகியிருக்கலாம் என்பதைக் கணித்தபோது, அத்தனை வலியைச் சகித்துக்கொண்டு வாழ்ந்த அறுபத்தைந்து வயது மூதாட்டி சகர்வானில் ஆத்திரமும் பரிதாப உணர்வும் ஒருசேர உண்டானது. அறுவைசிகிச்சைக்காக நாள் குறித்தபோது அதற்கு முன்பாகவே மரணம் வந்துவிட

வேண்டும் என்று பிரார்த்தித்தபடியாக இருந்தாள். அவளது பிரார்த்தனை பலிக்கவில்லை. டாக்டர்கள் தீர்மானித்தபடியாக அறுவைசிகிச்சை செய்யப்பட்டது.

இதற்கு முன்பொருபோதும் அவள் இப்படிப் படுக்கையில் கிடந்தவளில்லை. சோர்ந்து உட்கார்ந்ததாகக்கூட நினைவில்லை. வாழ்வு முதுகில் ஒரு சவுக்காக ஓங்கி விழுந்து அவளை ஓட ஓட விரட்டியிருக்கிறது. வாழ்க்கைப் பந்தயத்தில் சந்தேகமறப் பெறுமதியான, வென்று திரும்பும் குதிரையாகத்தான் வாழ்ந்திருக்கிறாள்.

வீட்டுக்கு உடனே திரும்ப வேண்டும்போலிருந்தது. நாளைக்கு அயானாவிடம் இதுவரைச் சொல்லாத ஒரு கதையைச் சொல்ல வேண்டும் என்று திடீரெனத் தோன்றியது. அயானா இந்த மூதாட்டியின் இளைய மகளின் மூத்த பெண். பத்தொன்பது பேரப்பிள்ளைகளில் அதிக நேசத்துக்குரியவள். சாதாரணமாகப் பிள்ளைகள் கேட்க விரும்புவது போன்ற தேவதைக் கதைகள், நீதிக் கதைகள், வேட்டைக் கதைகள், ஓர் ஊரில் ஓர் அரசன் இருந்தான் எனத் தொடங்குகின்ற கதைகளை ரசிக்காத அயானாவின் பிரத்தியேக விருப்பங்களுக்காகவும், குணங்களுக்காகவும் அவளை அதிகமாகவே நேசித்தாள் சகர்வான். யாருக்குமே தேவையற்ற சிறுபிராயக் கதைகளை, சுவாரசியம் சிறுதுமில்லா சலிப்பும், துயரமும் தோய்ந்த கடந்துபோன வாழ்வை நினைவுகூரச்செய்வதில் அலாதியான விருப்பமும் ஆர்வமும் கொண்டிருந்தாள். தனது வாழ்க்கையைப் பற்றியும் ஊரைப் பற்றியும் கதைகள் சொல்வதிலான ஈடுபாடு நுணுக்கமாகவும் ஆர்வத்தோடும் கேட்கின்ற பேத்தியினாலேயே தனக்கு உண்டானதென சகர்வான் நம்பினாள்.

“உம்மம்மா கதை சொல்லுங்க” என்கிற அவளது குரல் நீரருவிபோல இரைச்சலுடன் வந்து காதுகளை அடைத்தது.

“என்ன கதை சொல்ல?”

“எனக்கு உங்கட சொந்தக் கதைதான் வேணும்”

“இந்தக் கிழவிட சொந்தக் கதையெக் கேட்டு என்னதான் செய்யப்போறியோ”

“உங்கட சொந்தக் கதை கேட்கிறது எனக்குப் புடிச்சிருக்கு. எங்க உம்மம்மாட அருமெ பெருமெகளெத் தெரிஞ்சுக்கக் கூடாதா என்ன”

“இந்த உம்மம்மாக்கு என்னடிம்மா அருமெ பெருமெ இருக்கு. சகர்வான் என்டால் எத்தனை பேருக்குத் தெரியும் சொல்லுங்க? அ.ப. சகர்வான் என்டால்தான் தெரியும்.”

“அ.ப. என்டால் என்ன உம்மம்மா?”

“அ.ப. என்டால் ‘அ’லிமுகம்மது ‘ப’ணிக்கர். அவரு எங்க வாப்போவோட வாப்பா. மூத்தாப்பா! எங்க வாப்பா இருக்காரே, அவரொரு புத்தி கெட்ட மனுசன். எங்க மூத்தாப்பாவின் சொத்துக்களையும் அருமெ பெருமெகளெயும் அழிச்ச மகா மோசக்காரன் எங்க வாப்பா. அவருக்கிருந்த வசதிக்கும் வாழ்க்கைக்கும் பெருமெயோட வாழ வேண்டிய தலைமுறைதான் நம்மட. அவரு மட்டும் ஒழுங்கா இருந்திருந்தா இந்த சகர்வான் கிழவியிட மட்டுமில்ல, நம்ம சந்ததியொட விதியே வேற மாதிரி இருந்திருக்கும். ஆனா அந்த மனிசனுக்குப் போன விதி, ஒன்டுக்கு ரெண்டு பொஞ்சாதி. ரெண்டு பொஞ்சாதிக்காரன் சொத்தையெல்லாம் அழிச்சிப்போட்டுருவானேன்டு சொல்லிச் சொல்லி தங்கச்சிக்காரி பாதுகாக்கிற பாவனையில எல்லாத்தையும் புடுங்கி வச்சிருந்தா. உடன் பொறந்தவள்தானேன்டு அவரும் கண்டுக்கல்ல, கடைசிக் காலத்தில தங்கச்சி ஒன்டும் குடுக்கவுமில்ல, அவரக் கவனிக்க பொஞ்சாதிகளுக்கிட்ட ஒன்டும் இருக்கவுமில்ல... அப்படியே போய் சேர்ந்திட்டாரு”

திடீரென்று சகர்வானின் குரல் ஆவேசமாக மாறியது. தடாகத்தின் நடுவே மினுங்கும் அகல் விளக்காக ஒளிர்ந்தன அவள் கண்கள். “பணிக்கர் தத்திடி நாங்க. எங்க மூத்தப்பா, ஒரு பணிக்கர், யானைகளையே அடக்குகிற வீரன். பணிக்கர் கத்தறயில புறந்த எங்க வாப்பாட கண்ணை ஆம்புளத் திமிரும் பணத்திமிரும் சேர்ந்து மறச்சிட்டு, அந்தப் பாவம்தான் கடெசிவரைக்கும் எங்களைத் துரத்திக்கிட்டே இருந்திச்சி, பெத்தவங்க செஞ்ச பாவம் புள்ளயளுக்கு என்டு சொல்வாங்களே அப்பிடி”

“உங்கட மூத்தப்பா ஒரு வீரனா? என்ன செய்வாரு, சண்டைக்கெல்லாம் போவாரோ?”

“எங்க மூத்தப்பா உமர்லெப்பை பணிக்கர் வம்புச் சண்டைக்குப் போறவரில்ல மகளே, அசல் வீரன்.”

ஏறாவூரின் முக்கிய குடிகளுள் ஒரு பிரிவினராக வாழ்ந்த பணிக்கர்கள் பற்றி இந்த நூற்றாண்டின் மரபணு மாற்றுப் பூவான அயானாவுக்கு தெரியாதவற்றை சகர்வான் கூறத் தொடங்கினாள். ஏறாவூர் நகரத்திலுள்ள தெருக்களில் ஒன்று “பணிக்கர் வீதி” என்று இருப்பதைச் சுட்டிக்கொண்டு, ஊர் வரலாற்றைச் சிறப்பித்துத் தவிர்க்க முடியாத இடத்தைப் பெற்ற பணிக்கர்களைப் பற்றி அவள் விபரிக்க விபரிக்க அயானா வேறு உலகொன்றைக் காணத் தொடங்கியிருந்தாள். அவள் இன்று பார்த்துக்கொண்டிருக்கும் உலகிலிருந்து முற்றிலும் மாறுபட்டதாக

அது இருந்தது. கண்ணால் பார்த்திருக்காத விஷயங்களை உம்மம்மா சொல்லிக் கொண்டிருக்கும்போதே அவற்றுக்கு காட்சி வடிவம் கொடுத்து ரசிப்பாள். ஆழ் மனதில் பதிந்து கிடந்த கதைகளைச் சிலபோது விருப்பத்தோடும், சிலபோது அயானாவின் நச்சரிப்புப் பொறுக்காமலும் சொல்வாள்.

காட்டுக்குச் சென்று யானைகளைச் சாதுர்யமாகப் பிடித்துக் கட்டுப்படுத்திப் பக்குவமாக வளர்த்துப் பயிற்றுவித்து விற்பதையே உமர்லெப்பைப் பணிக்கர் செய்துவந்தார். முன்னொருபோதும் உம்மம்மா சொல்லியிராத இந்த சுவாரசியமான கதை மெய் மறந்து விரியும் ஒரு கனவுபோல அயானாவை இழுத்துச்சென்றது.

சுமை இழுக்கவும், சவாரி செல்லவும் பணிக்கர்கள் யானைகளையே உபயோகப்படுத்துவார்கள். யானைகளைக் கயிறுகளால் சுருக்கிட்டுப் பிடிப்பதில் மகா கெட்டிக்காரர்களான பணிக்கர்கள், யானைகளைப் பிடிப்பதற்கு நிறைய உத்திகளையும் தெரிந்துவைத்திருந்தார்கள். நான்கு பக்கங்களிலும் தீப்பந்தங்களைக் கொண்டு யானைகளை மடக்கிப் பிடிப்பது முதலாவது உத்தி. நான்கு திசைகளிலும் தீப்பந்தங்களைப் பார்த்துப் பீதியுற்று காட்டின் மையப்பகுதிக்கு வந்துசேரும் யானைகளைக் கயிற்றினால் சுருக்கிட்டுப் பிடிப்பார்களாம். காட்டுக்குள் அகழிகளைத் தோண்டி யானைகளை விழுத்தாட்டுவது இன்னொரு உத்தி. யானைகளின் புழக்கம் அதிகமிருக்கும் இடங்களிலும், யானைகள் போக்குவரத்துச் செய்யும் இடங்களிலும் பெரிய அகழிகளைத் தோண்டி இலை குழைகளால் மறைத்து வைத்துவிடுவார்கள். தெரியாத்தனமாக குழிகளில் வீழ்ந்துவிட்ட யானைகளைக் கயிறுகளால் சுருக்கிட்டுக் கட்டியிழுத்துப் பிடிப்பார்கள்.

எந்தவிதக் குற்றவுணர்வுமே இல்லாது தொன்மத்தை ஒப்பு விக்கும் பாணியில் உம்மம்மா சொல்லிக்கொண்டிருந்த கதையை ஒரு சுகானுபமாக உள்ளீர்த்துக் கொண்டிருந்தாள் அயானா.

பலவிதமான ஆறாம் அறிவுடன் தொடர்புபட்ட காரியங் களைச் செய்து பிடிக்கப்படுகிற யானைகள் அறுத்துக்கொண்டு ஓடித் தப்பிக்காதிருப்பதற்காக அறுந்து போகாத உறுதியான கொடிகளில் கட்டிவைப்பார்கள். புரியாத விதமாகத் திடீரெனக் கைதியாக்கப்படுகிற யானைகள், தப்பிச்செல்வதற்கு பல வழிகளில் முயலும். சினத்தில் பிசிறிக்கொண்டு அழும். கால்களால் நிலத்தை உதைத்துப் பிளக்கப் பார்க்கும். யானைகள் இழுத்த இழுப்புக்கெல்லாம் கொடிகள் நீண்டு வளைந்து கொடுக்குமே தவிர அறுத்துக்கொண்டு ஓடித் தப்பிப்பதற்கு அனுமதியாது. இப்படித் தப்பிச்செல்லவே முடியாத யானைகள் காலப்போக்கில் சிறைப்படுத்திய பணிக்கர்களின் கவனிப்பால் அவர்களின்

கட்டுப்பாட்டுக்கே வந்துவிடும். யானைகளைக் கட்டுப்பாட்டுக்குக் கொண்டுவருவதில் பணிக்கர்கள் அசாதாரண சாமர்த்தியர்கள் என்றும், அதிலும் பாட்டனார் உமர்லெப்பை மகா மகா கெட்டிக் காரர் என்றும் சகர்வான் பெருமிதம் கொண்டாள்.

சாகசச் செயல்களெல்லாம் உமர்லெப்பை பணிக்கருக்கு அத்துப்படி. எப்போதும் தனக்கு முன்னால் இருப்பதைப் பார்த்திருப்பது போன்ற நேர்நோக்கி இருக்கும் அவரது பார்வை. இளம் கதாநாயகன் போன்ற நெஞ்சுயர்ந்த நடை. பழுப்பு நிறம், கூர் வாளின் முனைகளாக மினுங்கும் பளிங்கு விழிகள், வலிய தோள்கள், கட்டுமஸ்தான உடல். பாதையில் இறங்கி நடந்தால் குஞ்சு குருசுகளும் அடையாளம் காணத்தக்க கம்பீரத்தோற்றம் என்று அவருக்கே உரித்தான அந்தரங்கப் பெருமைகள் பல இருந்திருக்கின்றன. வெண்ணிற ஆடைகளை மட்டுமே வாழ்நாள் முழுதும் அவர் அணிந்ததாகவும், 'வார்' என்று சொல்லப்படுகிற அகன்ற 'பெல்ட்' எப்போதும் அவரது இடுப்பைச் சுற்றி இருந்தது என்றும் பாட்டனாரை நினைவுபடுத்தினாள். பெரிய செப்பு பொத்தான்கள் பதித்த அந்த இடுப்புப் பட்டியில் சிறிய பாக்கெட் இருந்ததென்றும் அதில் அவர் ரூபாய்களை வைத்திருந்தார் என்றும் கூறினாள்.

"என்னால நம்பவே முடியல்ல உம்மம்மா. உங்கட மூத்தாப்பா இவ்வளவு பெரிய ஆளா இருந்திருக்காரே. அது சரி, அவர் யானை பிடிக்க எங்க போவார்? தனியாப் போவாரா, கூட்டமாப் போவாரா?"

அயானாவை ஏறிட்டுப் பார்த்து ஏளனமாகப் புன்னகைத் தாள் சகர்வான். கண்ணால் பார்க்காத, பார்த்திருக்க வாய்ப் பில்லாத தொன்மை நினைவுகளை ஞாபகத்திலிருந்து எடுத்து இன்னொருவர் புரிந்து கொள்ளக்கூடிய விதமாக ஒப்புவிப்பது, முக்கியத்துவமான பணியென்று நம்பியவளாக நிதானமாகக் குரலைத் தாழ்த்திக்கொண்டு தொடர்ந்தாள்.

"மகள்.. நீங்க இப்ப பார்க்கிற ஊரில்லை முன்ன இருந்தது. உங்கட உம்மாக்கு நாஞ் சீதனமாக் குடுத்த நீங்க புறந்து வளந்த ஊடு வளவும், நீங்க படிக்கிற மக்காமடிப் பள்ளிக்கூடமும் முன்ன முழுதும் காடாய்க் கிடந்திச்சி. பெரிய்ய ஆலமரங்கள் நிரம்பியிருந்த அந்தக் காட்டுக்கு 'ஆனை விழுந்தான்' என்டுதான் பெயர். எங்க மூத்தாப்பா அவரிட அசாத்தியமான தைரியத்தினால எப்பவும் காட்டுக்குள்ள தனியாவெ போய் வருவாராம்."

இறுகக் காய்ச்சிய வெள்ளிப் பாகுபோல மினுங்கும் வங்கக் கடல் வட திசையில். கிழக்கில் ஆறுமுகத்தான் குடியிருப்புக்

கிராமம். மேற்கே செங்கலடிப் பிரதேசம். தெற்கே மட்டக்களப்புக் கடலேரி எல்லைகளுடன் பரந்து விரிந்த நிலப்பரப்பு ஏறாவூர். இந்த நிலப்பரப்பின் வடக்குப் பகுதி முழுவதும் காடுகள்தான். மனித நடமாட்டமே இல்லாத வனப்பகுதி எங்கிலும் இயற்கையின் கரங்களால் நேசமாகத் தடவி ஆசிர்வதிக்கப்பட்டு வளர்ந்த அடர்ந்த வான் நோக்கி உயர்ந்த மரங்களாலும் பெயரற்ற மர்மமான வாசனைகள் கொண்ட பூக்கள், செடிகள், மூலிகைகளாலும் சூழ் கொண்டிருந்தன. சூரியக் கதிர்கள் தரையைத் தொடுவதற்கு அனுமதியாதபடியாக இருள் அடர்ந்திருந்த மரக் கிளைகளில் பாம்புகள், பறவைகள், அணில்கள் குதூகலமாகக் கூடமைத்துக் குடியிருந்தன.

“ஆனை விழுந்தான் காட்டுக்குள்ளதான் உங்கட மூத்தப்பா யானை புடித்தாராக்கும்”

நிலத்தின் இயற்கை அழகை விபரித்துக் கொண்டிருந்த உம்மம்மாவை இடைமறித்துக் கேட்டாள் அயானா.

“யானை புடிக்கிறதை என்னமோ எலி, முயலைப் பிடிக்கிறாப்போல நினைச்சிட்டிருக்கியாக்கும். ஹா... அதொன்றும் லேசுபட்ட வேலை இல்லடி. கொம்பன் யானை ஒன்டை மடக்குவது பணிக்கர்களுக்கு வாழ்நாள் சாதனை. இதுக்காக மாசக்கணக்காக காட்டுக்குள்ளே தங்கி இருக்கணும். காட்டுல கிடைக்கிற கனிகளையும், இலைகளையும் சாப்பிட்டு அங்கேயே ஆற்றில அருவியில ஓடுற குளிர்ந்த தண்ணியைக் குடிச்சி நாள் கணக்காக மாசக் கணக்காக உறுமீன் வரும்வரையும் வாடி இருக்குமாம் கொக்குன்னு குறி வச்சிப் பார்த்திருப்பாங்களாம். ஒரு காடு, ஒரு இடமென்றில்லை, போய்க்கொண்டே இருப்பாங் களாம். கோறளைப்பற்று, சம்மாந்துறை, நடுகாடு, மண்முனை, அக்கரைப்பற்று, பாணமை, எருவில், பதுளை, பொலநறுவை என்று காடுகள் உள்ள இடம்தோறும் இடைவிடாமல்போய் தேடிப்பிடித்துக்கொண்டு வருகின்ற யானைகளைக் கட்டிவச்சிப் பராமரிச்ச இடத்துக்குத்தான் ‘ஆனை விழுந்தான்’ என்டு பெயர்.”

“கதையெல்லாம் அழகாய்த்தானிருக்கு உம்மம்மா, இப்படி யானைகளெப் புடிச்சிக் கட்டி, விக்கிறதெ மத்தெத் தொழில்கள் போல ஒரு தொழிலாத்தானெ அவரு செஞ்சிருக்காரு, இதில பெருமெப்பட என்ன இரிக்கி பெருசா. யானையைப் புடிச்சாரு புடிச்சாருன்னு சொல்றீங்களே, சுயநலத்துக்காக காட்டு விலங்கப் புடிக்கிறது, குத்தமில்லையா?”

முகத்தில் இருந்த பெருமிதம் சடாரென்று மறைந்துபோக மேகம் கவிந்து மூடிய சூரியனாக மங்கிய கண்கள் வழியாக கூர்மையாகப் பேத்தியை நோக்கினாள் சகர்வான்.

“அந்த மனிசன் யானையெ உசிரோட புடிச்சி உசிரோட தேவைப்பட்டவங்களுக்கு வித்தாரு. அதுட உசிருக்கு ஒரு கேடும் செய்யல்லை. அந்தக் காலத்தில பாரம் இழுக்கயும் வயல் உழுறதுக்குமெல்லாம் யானைகள் தேவைப்பட்டிச்சி. இப்பதான் பீ கழுவுறதுக்கும் மிசின் இருக்கே...” என்றாள் சற்றுக் கடுமையாக நிதானம் இழக்காமல். தனது பாட்டனார் உமர்லெப்பை பணிக்கரைப் பற்றி எதுவுமே தெரிந்திராத பேத்தி அயானாவின் அறியாமைக்காக அவளைக் குற்றம் காண்பது சரியாக இராதென்று உறுதியாக நம்பியவளாக, உயிரும் சதையுமாகத் தான் நேசிக்கின்ற ஊரின் தற்போதைய அமைப்பின் மீதும், இயற்கையையும் தொன்மங்களையும் அழித்து இல்லாமல் செய்து ஸ்திரமாக பூமியின் வயிற்றைக் கிழித்துக்கொண்டு வளர்ந்துகொண்டிருக்கும் வணிகச் சமூகத்தின் மீதும் சொல்லொண்ணாத சினத்தைக் கக்கினாள். இப்படியொரு ஊர் இருந்ததென்றே சொல்ல முடியாத அலங்கோலமான ஊராக இது உருமாறுவதற்குள் மரணம் இழுத்துச் சென்றுவிட வேண்டும் என்று வெளிப்படையாகவே கூறினாள். ஏறாவூரின் பெருமையைப் பேசுவது மூத்தாப்பா உமர்லெப்பையின் பெருமையைப் பேசுவதே என்பது போன்ற நிலைப்பாடுகளையும் அவ்வப்போது வெளியிட்டாள்.

ஒருநாள் “வரலாறு தெரியாமப் பேசுறீயே மகளே. ந்தா பொறு”

சொருகியிருந்த துணிப் பையை இடுப்பிலிருந்து அவரசமாக உருவியெடுத்தாள் சகர்வான். அழுக்கேறி ஊதாவிலிருந்து கருநீலமாக மருவி மங்கியிருந்த சுருக்குப் பையிலிருந்து சில ரூபாய்த் தாள்களை எடுத்தாள். கனகச்சிதமாகக் கணக்கிட்டு அடுக்கிவைக்கப்பட்டிந்த ரூபாய்த் தாள்களிலிருந்து மிகக் கவனமாக ஆயிரம் ரூபாய்த் தாளை மட்டும் எடுத்து நீட்டினாள்.

“ந்தா பாரு.”

“ஆயிரம் ரூவாய்” இருபுறமும் புரட்டிப் பார்த்துச் சிரித்தாள் அயானா..

“ஆயிரம் ரூவாதான்.. அதில என்ன தெரியுது பாரு”

“ஒன்றும் மூணு சைபரும்”

இளங்குருத்துப் பச்சை நிறத் தாள் அது. மத்தியில் சந்திர வட்டக்கல். இடது பக்கவாட்டில் கீழே முத்திரை வடிவத்தில் முத்திரை அளவிலொரு சிங்கம். வலது பக்கத்தில் அலங்காரங்கள் துல்லியமாகத் தெரியும்படியாகச் சோடிக்கப்பட்ட பெரிய யானை.

கையில் தடியுடன் வெள்ளை உடையில் தொப்பியணிந்து பாகன் என்பதாக எண்ணத்தக்க ஒரு மனிதன் நின்று கொண்டிருக்க, இடது பக்கத்தில் சிறிய வடிவ யானை. முதுகில் வெஸாக் கூடு வடிவில் ஒரு கண்ணாடிப் பேழை. அதுவும் அலங்கரிக்கப்பட்டதே.

"ஆ ஒரு யானை இருக்கு உம்மம்மா"

"யானை மட்டுந்தான் தெரியுதா. அது பக்கத்தில ஒரு மனிசன் நிக்கிறது தெரியலியா?"

"நிக்கிறாரு, நல்லாத் தெரியுது உம்மம்மா"

"அது வேற யாருமில்லை. எங்க மூத்தப்பா உமர்லெப்பைதான்"

ஆச்சரியமான திடுக்கிடும்படியான இந்தச் செய்தியைத் தாங்க ஒண்ணவில்லை சிறுமிக்கு. இந்தக் கிழவி நிஜமாகத்தான் சொல்லுகிறதா அல்லது இவை எல்லாமும் செறிவூட்டப்பட்ட கற்பனைக் கதைகளா! நம்பமாட்டாதவள்போல ஆயிரம் ரூபா நோட்டையும் கிழவியையும் மாறி மாறிப் பார்த்த அயானாவுக்கு உம்மம்மா சொல்வனவற்றை உடனடியாகப் புரிந்துகொள்வது சிரமமாக இருந்தது. அவளால் நம்பாதிருக்கவும் முடியாது. உம்மம்மா வெறுமனே கற்பனைக் கதைகள் சொல்கிற பெண் இல்லை. அவளுள் பல தசாப்தகாலத்தின் தொன்மங்கள் புதையுண்டு கிடக்கின்றன. அவளொரு வரலாற்றுப் பெட்டகம். அவளது அறிவு, வானிலிருந்து இறங்கும் மழை நீர் போன்று தெட்டத் தெளிவானது. தனக்குச் சம்பந்தமில்லாத எதொன்றையும் உரிமை கோருகிறவளில்லை. பிடிவாதமும் சுயகௌரவமும் நிரம்பிய உம்மம்மாக் கிழவி சொல்கிற இந்த வரலாறு நிச்சயம் உண்மையாகத்தான் இருக்கும் என உறுபதிபட நம்பியவளாக மீதிக் கதையைக் கேட்பதற்குத் தயாரானாள். ஆயிரம் ரூபாய்த் தாளில் இடம் பிடிக்கிறளவு உம்மம்மாவின் மூத்தாப்பா உமர்லெப்பையும், இந்தக் கொம்பன் யானையும் சென்ற கதையை அறிந்துவிடுகின்ற ஆர்வமேலிட்டால் விரிந்த கண்களால் உம்மம்மாவை நோக்கினாள்.

இரண்டு

உம்மாவின் உடலைப் புதைத்த இடத்தில் காலடிகள்கூட மறைந்திருக்கவில்லை. பால்குடி மாறாத தம்பி குழறியபடியே கிடக்கிறான். எல்லோருக்கும் மூத்தவன் சாஹிபு உம்மா மௌத்தாகியது கூடத் தெரியாத மயக்கத்தில் மூன்று நாட்களாகப் படுத்திருக்கிறான். நள்ளிரவு நாளொன்றில் காட்டுப்பள்ளி வளவுக்கு அருகாமையால் நடந்துவந்தவனைப் பேய் அடித்து விட்டிருக்கும் என்று எல்லோரும் சொல்லிக் கொண்டிருக்கிறார்கள். உம்மாவுக்கு வயதாகி யிருக்கவுமில்லை. அவளின் வயது என்ன என்று யாருக்கும் சரியாகத் தெரிந்திருக்கவுமில்லை. இருபத்தியொன்பதோ முப்பதோ இருக்கலாம் என்று ஊகித்துக்கொண்டிருந்தார்கள். பேய் அடித்துக் காய்ச்சலும் மயக்கமுமாகக் கிடக்கிறவன் சாஹிபுதான். அவனுக்கு பதினான்கு வயதுதான் ஆகிறது. மௌத்தாகிய பீரிசா உம்மா பதினான்கு வயதுச் சிறுமியாக இருந்தபோதுதான் அவனைப் பெற்றுப்போட்டாள். ஆக அவளுக்கு இருபத்தியெட்டு வயதென்று மர்யம் மாமி சொல்லிக் கொண்டிருந்தாள். எப்படியோ இருபத்தியெட்டு வயதில் உம்மா மௌத்தாகக் காரணமாக இருந்த வியாதி என்னவென்று யாருக்கும் தெரிந்திருக்க வில்லை. அவள் நோய் கொண்டு படுத்திருக்கவு மில்லை. அவள் மௌத்தாகியதுகூடத் தெரியா தென்றுதான் சொல்ல வேண்டும். கடைசி மகன் அபூபக்கர் உம்மாவின் நெஞ்சுக்கு மேலாகக் குப்புறப்படுத்துப் பால் குடித்துக்கொண்டிருந்தான்.

அவனுக்கு இரண்டு வயது. முலைகளைக் கவ்வி இஷ்டம்போல இழுத்துக்கொண்டிருந்தான். இப்படிச் செய்ய உம்மா அனுமதிக்க மாட்டாளே என்று ஸீனத்துக்குத் தோன்றியது. உடல் அசதியில் ஆழ்ந்து உறங்குகிறாளாக இருக்கும் என எண்ணிக்கொண்டு அசைவற்றுப் படுத்திருக்கும் உம்மாவில் ஏறிப் பால் குடித்துக்கொண்டிருக்கிற தம்பியைத் தூக்கியெடுக்க வந்தபோது உம்மாவின் மூக்கில் ஈ மொய்த்திருந்தது.

"உம்மா உம்மா . . ." இரு தடவைகள் கூப்பிட்டுப் பார்த்தாள். தம்பியைத் தூக்கிக்கொண்டு அருகாகக் குந்தினாள். உம்மா மூச்சுப் பேச்சற்றுக் கிடப்பது தெரிந்ததும் அலறியடித்துக்கொண்டு ஓடினாள். உம்மாவுக்கு என்ன என்று அக்கம் பக்கத்தவர்கள் எல்லோருமே கேட்டார்கள். அவள் பெற்றுப் போட்ட ஆறு பிள்ளைகளில் ஒன்றுக்கும் பதில் தெரிந்திருக்கவில்லை. பீரிசா உம்மாவின் புருஷன் அலிமுகம்மதுக்கும் தெரியவில்லை என்பதே துயரம். மரணம் என்பது பிறப்பைப் போலத்தான். அது தந்தியடித்து அறிவித்து வருவதில்லை, பிறந்தவர் எல்லாம் ஒரு நாள் மரணித்துத்தான் ஆக வேண்டும் போன்ற எளிய தத்துவங்களால் பீரிஸா உம்மாவின் மௌத்தை எல்லோரும் நியாயப்படுத்தி ஆறுதலடைந்து கொண்டார்கள். இஸ்மாயில் – ஸீனத் – முத்தும்மா – சகர்வான் நால்வரும் உம்மாவின் மரணத்தை எளிதாக எடுத்துக்கொண்டு தங்களைத் தேற்ற முடியாது குமுறிக்கொண்டிருந்தனர். வாப்பாவின் அடி உதை தாழாமல் உம்மா இறந்திருப்பாளோ என்ற சந்தேகமும் அவர்களுக்கிருந்தது. மௌத்தாகிய அன்று காலையில்கூட வாப்பா உம்மாவை எட்டி உதைத்ததை அவர்கள் பார்த்திருந்தார்கள். அவர்களுக்குள் எதனாலோ அடிக்கடி சண்டைகள் வரும். சண்டைகளின்போதெல்லாம் உம்மாவை வாப்பா அடிப்பார், உதைப்பார். பிள்ளைகள் பூனைகளாகி சுவரோடு சாய்ந்து நின்று வேடிக்கைபார்ப்பதைப் பொருட்படுத்தாமல் இயன்ற மட்டும் அழுவாள் பீரிசா உம்மா. தன்னிடமிருந்த ஒரேயொரு ஆயுதமான கண்ணீருக்குச் சாதாரணமாக இருக்க முடியுமான வலிமையும் அலிமுகம்மதுவிடம் எடுபடாதுபோன ஏமாற்றத்தை என்ன செய்வதென்று தெரியாமல் பெருமூச்செறிவாள். அலிமுகம்மது முதல் மனைவிக்கு அதிக சீர் செய்வதை பீரிசா உம்மாவால் இயல்பாக எடுத்துக்கொள்ள முடியவில்லை. கவனத்திலெடுக்காது கடந்துவரும் உத்தியும் தெரியவில்லை. அலிமுகம்மதுவுக்குத் தன்னை இரண்டாந்தாரமாகக் கைப்பிடித்துக் கொடுத்த தாயைச் சபித்தாள். கபுறுக்குச் சென்றுவிட்ட உம்மாவைச் சபிப்பதற்காகப் பின்பு தன்னையே நோவுவாள். இப்படி அவளது போராட்டம் என்பது முடிவற்றதொரு கொடுங்கனவுபோல

மாறிவிட்டிருந்தது. இரண்டில்லை, மூன்று – நான்கு பெண்டாட்டிகள் வைத்துக்கொண்டிருந்தவர்களும் ஊரில் நெஞ்சை நிமிர்த்துக்கொண்டே வாழ்ந்தார்கள். எல்லாம் சட்டப்படியான திருமணங்கள்தான். பீரிஸா உம்மாவின் இளமையும் அழகும் தனக்குச் சொந்தமாக இருக்க விரும்பி அலிமுகம்மது வலை வீசிய போது பெண்ணின் தாய் குறுக்கே நின்றாள். "இந்தா பார் அலிமுகம்மது, உள்ளதும் ஒன்று . . . கண்ணே பொண்ணே என்டு பெத்து வளர்த்திருக்கேன். சட்டப்படி கல்யாணம் செஞ்சி சரிசமமா நடத்துவாய்ன்டா நானே நடத்தி வைக்கிறேன். அத உட்டுட்டு ஆசை காட்டி மோசம் பண்ணுற எண்ணத்தோட இந்தப் பக்கம் வந்தாய் என்டால் வெட்டிப்போடுவேன்."

"இம்பட்டுத்தானா . . . நானென்ன நொண்டியா முடமா? இல்ல சொத்துப் பத்துக்குத்தான் பஞ்சமா? ரெண்டு பொஞ்சாதி யையும் ரெண்டு கணபோலப் பாத்துக்க மாட்டேனா." பீரிசா உம்மாவில் இருந்த மயக்கம் இப்படியெல்லாம் வீரவசனம் பேசி அவளை அடையச் செய்தது. அவரது இரண்டாவது கல்யாண முடிவுக்கு முதல் மனைவி ராவுத்தும்மாவும் எதிர்ப்பொன்றும் சொல்லவில்லை. "வசதிபடைத்த மனுஷன் என்றால் இன்னொரு பொஞ்சாதிக்கு ஆசைப்படுறது குற்றமில்லைதானே, நம்மட மார்க்கம் சரி காணுற விசயத்தில் சந்தேகப்பட்டா நரகக் குழியிலதான் விழணும்" என்று சொல்லிக் கொண்டிருந்தாள்.

"அலிமுகம்மது பீரிசா உம்மாவெக் கல்யாணம் முடிக்கப் போறானாம், அந்த அழகிட மடியில உழுந்து ஒன்ன முறயாக் கவனிக்காட்டி என்னடி செய்வா ராவுத்து" நெஞ்சுக்குள் பூட்டி வைத்திருக்க முடியாத கேள்வியை அவளது தோழிப் பெண்கள் கேட்டுவிட்டனர்.

"இதென்ன மாராயம் ஹா . . . என்ன வெச்சிக்கிட்டு அவருக்கு இன்னொரு கல்யாணம் முடிக்கிறத அனுமதிக்கிற மார்க்கம்தான், ஆணோ பொண்ணோ புடிக்காட்டி உட்டுட்டுப் போவெச் சொல்லுது . . . சப்பாத்து காலெக் கடிச்சா கழற்றிப் போட்டுப் போறெல்லயா, அப்பிடி உட்டுட்டுப் போயிட்டே இருப்பேன், எனக்கென்ன இன்னொருத்தன் கிடைக்காமலா போயிடுவான்"

"நல்ல விவரமாத்தான் இருக்கே ராவுத்து . . . இப்பிடியே இருந்திடு. கண்ண முழிச்சிக் கருத்தோடயிரு, இல்லாட்டிக் கத கந்தல்."

இப்படிச் செலவு சிரமங்களில்லாது வந்தடைந்த ஆலோசனைகள் எச்சரிக்கைகளால் தன்னுணர்வுகள் தூண்டப்பட,

அலிமுகம்மதுவின் புது மனைவி பீரிசா உம்மா, முதல் மனைவி ராவுத்தும்மாவுக்கு இயல்பான எதிரியாகிவிட்டிருந்தாள்.

அலிமுகம்மதுவின் இரண்டு கண்களில் ஒன்றான பீரிசா உம்மாவை எப்படியோ மரணம் இழுத்துக்கொண்டோடிவிட்டது. வீராப்பாகப் பேசி மகளை அலிமுகம்மது கையில் பிடித்துக் கொடுத்த பீரிசாஉம்மாவின் தாயும் சமயத்தில் உயிரோடில்லை. இளம் பெண்ணும் மனைவியும் தாயுமான பீரிஸாஉம்மாவின் மரணம் எனக்கும்தான் பேரதிர்ச்சி என்பதாக உடல் கிழிய ஓலமிட்டுக்கொண்டிருந்தது வானம். பீரிஸாஉம்மாவின் உடலைக் குளிப்பாட்டுவதற்கு கிணற்றிலிருந்து தண்ணீரை அள்ளவும் இடமளியாது விடாப்பிடியாக மழை கொட்டிக்கொண்டிருந்தது. முடிவாக மழை நீரிலேயே அவள் உடலைக் குளிப்பாட்டுவதெனத் தீர்மானித்தார்கள். அகச்சுத்தமும் புறச்சுத்தமானவளுமான பீரிசாஉம்மாவை மண்ணைத் தொடாத குளிர்ந்த மழை நீரினால் குளிப்பாட்டுவது அவளுக்கு வாய்த்த இயற்கையின் வரமென்பதில் அனைவரும் கருத்தொருமைப்பட்டவர்களாக இருந்தார்கள்.

உம்மாவின் திடீர் இழப்பை எண்ணி அழுத கண்ணீரின் உப்புச் சுவை மாறுவதற்குள் வாப்பா அலிமுகம்மது இன்னுமொரு கல்யாணம் செய்து கொண்டது மற்றுமொரு ஜீரணிக்கச் சிரமமான துயர் பிள்ளைகளுக்கு.

“கேட்டிங்களா கதயெ நம்ம வாப்பா கல்யாணம் முடிச்சிட்டாராம்” என்று ஸீனத் றாத்தா கூப்பிட்டுச் சொன்ன போது உம்மா மௌத்தாகிய துக்கத்தைவிடவும் ஆத்திரமும் அவமானமும் இரட்டிப்பாகி நெஞ்சை அழுத்தியது. முத்தும்மாவின் மடியில் தம்பி அபூபக்கர் உறங்கிக்கொண்டிருந்தான். இஸ்மாயில், ஸீனத், முத்தும்மா மூவரும் தம்பி அபூபக்கரையும் சகர்வானையும் ஒரே சமயத்தில் பார்த்தனர். சகர்வானுக்கு மூன்றே மூன்று வயதுதான். இந்தச் சிறுசுகளையெல்லாம் ஏறெடுத்தும் பாராது வாப்பா அவசர அவசரமாக மறு கல்யாணம் செய்துகொள்ள என்ன கேடென்று ஸீனத் ஏறத்தாழ அலறினாள். ஓரளவு விவரம் தெரிந்த சிறுமி என்பதால் பீதியுணர்வு அவளைக் கலவரப்படுத்தியது.

“பொண்டாட்டி செத்தா புருஷன் புது மாப்பிள்ளை என்டு சும்மாவா சொன்னாங்க” என்றான் இஸ்மாயில். ஆத்திரமும் அவமானமும் அவனைப் பிடுங்கியது. உம்மாவை அவர் உதைத்ததுபோல அவரை நாலு உதை உதைக்க வேண்டும் என்றுகூட ஆக்ரோஷித்தான். ஆறேழு வயதிலிருந்தே உம்மாவின் துயரங்களைக் கவனித்து வளர்ந்தவன். வாப்பாவின் பொறுப்

பற்றதும் அலட்சியம் நிரம்பியதுமான செயற்பாடுகளால் உம்மா உடைந்துபோவதைத் தாங்க முடியாமல் ஏதாவது செய்ய அவன் இதயம் துடிக்கும். தண்ணீர் இழுப்பது, வீட்டு வேலைகளில் ஒத்தாசை புரிவது, கடைக்குப் போவதென தன்னுணர்வோடு உம்மாவுக்கு உதவியாக வளர்ந்த இஸ்மாயில் கொதிக்கும் மனநிலையில் இருந்தான்.

"நானிருக்கேன் எல்லோருக்கும்" என்றான் திண்ணமான குரலில். பன்னிரண்டு வயதுதான் என்றாலும் முப்பத்திரண்டு வயது வாலிப வேகத்துடன் மூன்று தங்கைகள் தம்பிக்குமாக அபய வாக்களித்தான்.

"பேய் மட்டும் அடிச்சிருக்காட்டி சாஹிபு காக்கா நம்ம எல்லாரையும் பார்த்திருப்பாங்க" என்றாள் முத்தும்மா.

இப்படி அவள் சொல்லிக்கொண்டிருந்ததைக் கேட்டு விட்டவன்போல சாஹிபு எழுந்து நடந்து வந்தான். சலவையில் கிடந்த இளஞ்சிவப்புத் துணிபோன்றிருந்தது அவன் முகம். உம்மா மௌத்தாகி ஏழு நாட்களாகியும்விட்டது. இவனால் இன்னமும் எப்படிப் படுத்திருக்க முடிகிறது என்ற புரிபடாத மர்ம உணர்ச்சி பரிதாபமாக மாறியிருந்தது. அவ்வப்போது முனகுவதும் பிதற்றுவதுமாகப் படுத்துக் கிடக்கிற அவனை எப்படிக் காப்பாற்றுவதென்றும், பழைய நிலைக்குக் கொண்டுவர என்ன செய்ய வேண்டும் என்றும் தெரியாதிருந்தனர். இதையெல்லாம் பொறுப்போடு செய்ய வேண்டிய வாப்பா திடுதிப்பென்று புதுமாப்பிள்ளையாகிவிட்டிருக்கிற அயர்ச்சி எல்லாம் சேர்ந்து சிறுசுகளை சோர்வுக்குள்ளாக்கியது.

"உம்மா உம்மா" எதிரிலிருந்தவர்கள் யாரையும் கவனியாதவன் போலக் குழறியது சாஹிபின் குரல்.

"காக்கா, உங்களுக்கு என்ன" என்று கைகளைப் பற்றினான் இஸ்மாயில்.

"உம்மா ..."

"உம்மா நம்மளைவிட்டு அல்லாஹ்ட்டப் போய் ஏழு நாளாப் பெய்த்து காக்கா" ஸீனத் இப்படிச் சொன்னதும் அவளைத் திரும்பிப்பார்த்தான். இடிந்துபோனவன்போல எதுவுமே பேசாது அங்கேயே சம்மணக்கால் போட்டு அமர்ந்தான். திண்ணையின் களிமண் சுவரில் முழு உடலையும் சாய்த்தபடி எல்லோரையும் பார்த்தான். முத்தும்மாவின் மடியில் உறங்கிக்கொண்டிருந்த தம்பி அபூபக்கரில் பார்வை நிலைத்து நின்றது. சொற்ப நேரம்தான், அவனது கருமணிகள் அசையவில்லை. அவனது

முகம் தெளிவாகப் பிரகாசமாக மாறிவிட்டிருந்தது. அந்தப் பிரகாசம் அதிகரிப்பதுபோலவும் இருந்தது. சில நொடிகள் அவனையே வெறித்தபடி கால்கள் நடுங்க நின்றிருந்த இஸ்மாயில் அவன் பக்கமாகச் சென்று தோளைத் தொட்டான். உடல் சரிந்து விழுந்தது.

பகல் வெளிச்சத்தை இருள் விழுங்கிக் கொண்டிருந்தது. இருளைக் குறைந்த வெளிச்சமாக மாற்றுவதற்கு தொங்கு விளக்கை எரியச்செய்தாள் ஸீனத். விளக்கின் அடியில் இருந்த திருகை ஒரு கையால் பிடித்துக்கொண்டு மற்றக் கையால் திரியை ஒழுங்குபடுத்தினாள். தெளிவான புகையற்ற பிரகாசமான ஒளி கொஞ்சம் கொஞ்சமாக வீடு முழுவதும் பரவியது. சாஹிபின் மரணம் அவர்களைக் கலவரப்படுத்தவில்லை. உம்மாவின் திடீர் இழப்பு வாப்பாவின் கல்யாணம் என்பவற்றால் புண்பட்டுக் கிடந்த மனம் பத்தோடு பதினொன்று என்பதாகச் சாஹிபின் மரணத்தை ஏற்றுக்கொண்டதுபோல அந்த வீடே அமைதியாகியிருந்தது. இஸ்மாயில் மர்யம் மாமியை அழைத்துக்கொண்டு வந்தான். "என்ன சோதனை இது அல்லாஹ்வே . . . இந்தப் பிஞ்சுகளை ஏன்தான் இப்பிடிச் சோதிக்கிறியோ" என்று ஒப்பாரித்தாள். மர்யம் மாமி சொந்தமோ உறவோ இல்லை. பக்கத்து வீட்டாள் என்கிற பழக்கம் மட்டும்தான். மௌத்தாகிய பீரிசா உம்மாவுக்கு உடன்பிறந்த சகோதரர்கள் யாருமில்லை என்பதும் இந்தச் சிறுசுகளின் நிர்க்கதியை மேலும் மோசமாக்கிவிட்டிருப்பதாக அவள் எண்ணினாள். வீட்டில் சமைத்தது கூழோ கஞ்சியோ, இந்தக் குழந்தைகளோடும் பகிர்ந்தாள்.

"இஸ்மாயில் இஞ்ச வாங்க மகன் . . . ஓடிப்போய் சாஹிபு காக்கா மௌத்தாப்போயிட்டானுன்டு வாப்பாக்குச் சொல்லுங்க" என்றாள். அருவருப்பும் துயர் ஆத்திரமும் கலந்த உணர்வுடன் வாயடைத்து நின்றான் இஸ்மாயில். அவனது மனத்தைப் புரிந்து கொண்டவள்போல எழுந்து பக்கமாக வந்தாள் மர்யம். "உங்கட மனம் எனக்குப் புரியுதுடா மனே. என்ன செய்ய, பெத்த வாப்பாக்குச் சொல்லாம உட்டுட ஏலுமா? இந்த ஜனாஸாவை எடுக்க என்ன வழி. உனக்கிட்ட என்னடா இருக்கு? இந்த மைய்யத்தை அடக்க வேணாமா? ஓடு மனே வாப்பாக்கிட்டப் போய் சொல்லிட்டு வா" என்று மன்றாடினாள்.

வீட்டின் குறட்டிலும் தாழ்வாரத்திலுமாக நின்று நின்று இதயத்தை இறுக்கமாக்கிக்கொண்டு வாப்பாவுக்குச் சொல்வதற்கென்று வாசலுக்கு இறங்கும்போது வாப்பாவே வீட்டுக்குள் ஏறினார். பேய் அடித்துப் படுத்துக் கிடந்த சாஹிபு மௌத்தாப் போய்ட்டான் என்று அதற்குள்ளாக ஊருக்குள்

கதை பரவிவிட்டிருந்தது. மிகச் சில உறவினரும் அயலவர்களுமே கூடினர். அடக்கம் செய்வதற்கான காரியங்கள் விரைவுபட நடந்தேறிக்கொண்டிருந்தன. இஷாத் தொழுகை முடிவடைய அடக்கம் செய்வதென்ற உறுதியோடு உடலைக் குளிப்பாட்டிக் கபனிட்டார்கள்.

சகர்வானும் அபூபக்கரும் அயர்ந்து உறங்கிக் கொண்டிருந் தார்கள். அவர்களை அணைத்தபடி முத்தும்மாவும் படுத்திருந்தாள். இழப்பின் துயரை வெளிப்படுத்தும் அழுகையோ உணர்வற்ற உறக்கமோ உண்டாகாதபடியான விசித்திர சுமையொன்று அவள் இதயத்தை அழுத்திக்கொண்டிருந்தது. சாஹிபின் ஜனாஸாவைத் தூக்கிச்செல்லும்போது ஸீனத் ஆற்றாமையில் அழுதபடி ஓடிவந்து முத்தும்மாவின் அருகே விழுந்தாள். “ஏன் நமக்கு இப்படியெல்லாம்...” என விம்மினாள். முத்தும்மா கால்களை மடித்து எழுந்து ஸீனத்தையே பார்த்துக்கொண்டிருந்துவிட்டு திடீரெனப் பீறிட்டு அழுதாள். சிறுமிகள் இருவரும் ஆளையாள் அணைத்துக்கொண்டு அழுது புரண்டனர்.

“எனக்குப் பயமா இரிக்கு ராத்தா”

“எனக்குந்தான், ஏன் உம்மா இப்பிடி நம்பலை உட்டுட்டுப் போனாங்க. இப்ப சாஹிபு காக்காவும் போய்ட்டாங்களே...”

நெஞ்சைப் பயம் கவ்வியிருக்க இருவரும் பேரிரைச்சல் எழுப்பி அழுதனர். அழுது களைத்து அப்படியே உறங்கியும்போயினர்.

ஜனாசாவை அடக்கிவிட்டு அலிமுகம்மது வீட்டுக்கு வந்தார். இருட்டுக் கத்தம் ஓதுவதற்கான ஏற்பாடுகளைப் பரபரப்பாகச் செய்தார். வாசலில் கிடந்த மணல் மேட்டில் குந்தியிருந்தான் இஸ்மாயில். சாஹிபுவின் மரணத்தை அவனால் ஏற்க முடியவில்லை. பேய் அடித்ததென்பதையெல்லாம் அவனால் நம்பவும் முடியவில்லை. அவனை யாரும் ஒரு முறைகூட மருத்துவரிடம் அழைத்துச்செல்லவில்லை. அவனுக்கு எதுவித சிகிச்சையும் பராமரிப்பும் செய்யப்படவுமில்லை. உம்மா மரணிப்பதற்கு ஓரிரு நாள் முன்பிருந்து படுக்கத் துவங்கியவன்தான். “இவன் சாஹிபுக்குக் காய்ச்சல் அடிக்கிறது, பேய் பிசாசில் பயந்துட்டான்போல கிடக்கு” என்று உம்மா சொன்னதொன்றையும் வாப்பா காதில் வாங்கிக்கொள்ளவு மில்லை. மனதின் களேபர உணர்வுகளால் உண்டாகிய உளைச்சல் அடிவயிற்றைப் பிசைந்தது. அண்ணாந்து வானத்தை நோக்கினான். தலைக்கு மேல் சாந்தமான நட்சத்திரங்களுடன் வானம் பளிச்சென்றிருந்தது.

இருட்டுக் கத்தத்தினை ஓதி முடித்துச் சாப்பிட்டுவிட்டு ஹனீபா ஆலிம் கிளம்பிக்கொண்டிருந்தார். மர்யம் மாமி ஸீனத்தையும் முத்தும்மாவையும் சாப்பிட வருமாறு வற்புறுத்திக் கொண்டிருந்தாள். மனத்தை அழுத்தும் அனைத்திலிருந்தும் விடுபட்டதுபோன்ற உறக்கத்தை விரும்பியவனாக வாசலிலிருந்து வீட்டினுள் வந்தான் இஸ்மாயில். திண்ணையில் வெள்ளைக் கைலியொன்றை விரித்துவைத்து வீட்டிலிருந்த ஒரேயொரு ரங்கூன் பெட்டியைக் கிளறிக்கொண்டிருந்தார் அலி முகம்மது. நேருக்குக் நேராக அவரைப் பார்ப்பதே அருவருப்பாக இருக்க, திண்ணையின் ஒரு ஓரமாகச் சுவரில் சாய்ந்து அமர்ந்தான். ரங்கூன் பெட்டிக்குள்ளிருந்து கட்டுக்கட்டாகப் பத்திரங்களை எடுத்து, விரித்து வைத்த வெள்ளைக் கைலியில் அடுக்கி, அவற்றை ஒரு பொட்டணியாகக் கட்டினார். அவரது செய்கை மேலும் அருவருப்பூட்டவே மீண்டும் அவசரமாக வாசலுக்குச் செல்ல எழுந்தவனை, “இஸ்மாயில்” என்று தடுத்து நிறுத்தியது வாப்பாவின் குரல்.

“இதெல்லாம் நம்மட வயல் காணி பூமிகள்ட உறுதிகள் மகன். இங்க இருக்கிறது பாதுகாப்பு இல்ல. நீயும் வெளியே அங்க இஞ்ச போயிடுவாய்.. தங்கச்சிகளுக்கும் புத்தி காணாது, இதுட அருமெ பெருமெயும் விளங்காது. எடுத்திட்டுப் போய் மாமிக்கிட்டக் குடுக்கப்போறன் ...”

“அல்லாஹ் இவரை இங்க இருந்து கெதியா அனுப்பு” என்பதாக உள்மனம் கூச்சலிட்டபடியிருக்க அவர் சொல்வதைக் கேட்டபடி நின்றிருந்தான் இஸ்மாயில். இன்னும் தாமதித்தால் கட்டிழந்து இந்த மனிதரைத் தான் எதுவும் செய்துவிடுவேனோ என்றெண்ண உடல் நடுங்கியது. கேள்வி கேட்கக்கூடாதென்றும் மௌனம்தான் இவருக்குச் சரியான தண்டனை என்றும் எண்ணினான். உம்மாவே இல்லையென்று போன பிறகு இந்த வயல் காணி பூமி உறுதிப் பத்திரங்கள் என்ன இழவுக்கென்று கேட்கத் தோன்றியது. கேட்கவில்லை.

“ஊட்டையும் தங்கச்சிகளையும் பார்த்துக்க மகன்” என்று சொல்லிவிட்டு வாசற்படி இறங்கி நடந்தார். இரவிருட்டுடன் அவர் உருவம் கரைகிறவரையும் பார்த்துக்கொண்டிருந்தான்.

நிலத்துக்கு நோகாது நடக்கிற புறாவைப் போன்றவள் பீரிசாஉம்மா. பீறிட்டுப் பேசவும் தெரியாதவள். பிள்ளைகள்தான் எல்லாமும் அவளுக்கு. கொஞ்ச நேரம் கண்மறைந்தாலும் தேடுவாள். எல்லோரையும் ஒன்றாக உட்காரச்செய்து ஊட்டிவிடுவதில் அலாதி சந்தோசமடைகிறவள். உடன்பிறந்தவர்கள்தான்

என்றாலும் 'வாங்க', 'போங்க' என்று மரியாதையாகத்தான் விழித்துப் பேச வேண்டும் என்று பிள்ளைகளுக்குப் போதித்தாள். விளையாடுகையில்கூட 'வா' 'நீ' 'ஏய்' என்ற பேச்சொலிகள் கேட்டால்போதும், "இது நல்ல பழக்கம் கிடையாது. இப்படி நீங்க பேசலாமா. நாம யாரு. நாம பணிக்கர் தத்தி. நம்ம பேச்சில் கண்ணியம் இருக்கணும். உங்க மூத்தாப்பா பணிக்கர் எல்லாரும் மதிக்கிற கண்ணியமான மனுஷன். அப்பேறபட்ட பெரிய மனுஷன் குழந்தப் புள்ளயளக்கூட 'இங்க வாங்க' என்டுதான் கூப்பிடுவாராம்..." என்பாள்.

காதுகளைப் பிளந்து கிறீச்சிட்டது உம்மாவின் குரல். அலைபோல் அடர்த்தியாக இருந்த இருள் விரோதமாக மாறித் தன்னைக் கொன்றுவிடுமோ என அஞ்சி உறக்கத்தில் இருந்த தங்கைகளின் பக்கமாக வந்தமர்ந்தான் இஸ்மாயில். இனி என்றுமே கிடைக்க முடியாத உம்மாவின் கதகதப்பான அணைப்பை இழந்து உப்பிய வயிற்றுடன் ஸீனத்தின் அருகே ஒன்றிப்படுத்திருந்த தம்பி அபூபக்கரையே பார்த்துக்கொண்டிருந்தான்.

மூன்று

*1925*ஆம் ஆண்டு என்று பெருமிதம் ததும்பி வழியும் குரலில் தொடங்கினாள் சகர்வான். கொம்பன் யானையும் உமர்லெப்பை பணிக்கர் மூத்தப்பாவும் ஆயிரம் ரூபாய்த் தாளில் இடம் பிடித்த கதையைச் சொல்வதென்றால் அவளுக்கு அப்படியொரு பேரானந்தம். இத்தனை கால வாழ்நாளில் குறைந்தது ஆயிரம் முறையேனும் இந்தக் கதையைச் சொல்லியிருப்பாள். தனது மக்களுக்கு, உறவினர்களுக்கு ஆன்மாவிற்குள் ஊடுறுவிப் போயிருக்கும் இந்தப் பெருமையைக் கூறி பழக்கப்பட்டவள் பேத்தியிடம் சொல்வதை இன்னும் வெகுவாக ரசித்தாள்.

உமர்லெப்பை ஏறாவூர் காட்டுப்பகுதியில் கொம்பன் யானையொன்றைப் பிடித்த வரலாற்றுச் சம்பவம் நிகழ்ந்தது சரியாக *1925*ஆம் ஆண்டு ஜனவரி மாதம் ஐந்தாம் தேதி. அவரது வாழ்வை மாற்றப்போகிற யானை இது என்று அவருக்கு அப்போது தெரியவே தெரியாது. பிடித்துக்கொண்டு வருகின்ற எல்லா யானைகளையும் போல இந்த யானையையும் பிள்ளைபோலக் கவனித்தார். “நாலு ஆளைக் கட்டிப் போட்டாலும் ஒரு ஆனையைக் கட்டிச் சாப்பாடு போட முடியா” என்று சொல்லிக் கொண்டே காட்டுக்குள் உணவு தேடிப் புறப்படுவார். குமியல் குமியலாகக் கரும்பு வெட்டிக்கொண்டு வருவார். புல், இலை, குழைகள், வாழைப்பழம், விளாம்பழம், மூங்கில் என்று எதையாவது போட்டுக் கொண்டே இருக்க வேண்டும். யானைகள் பெரும் பாலும் தாவர உண்ணியாக இருப்பதால் ஜீரண

சக்தி அதிகம். விரைவில் பசி எடுத்துவிடும். பெருத்த உருவம் வேறு. நீரும் அதிகம் வேண்டும். பார்க்கிற நேரமெல்லாம் கொதுப்பிக்கொண்டும், தண்ணீர் அருந்திக்கொண்டும்தான் இருக்கும். அது தின்னும்போதும் இளைப்பாறும்போதும் யானையின் கறுத்த தோலைத் தொட்டு மிருதுவாக வருடுவார்.

நான்கு அடி ஐந்து அங்குலம் உயரமான கொம்பன் யானைக்கு தலதா மாளிகையிலிருந்து வந்த அதிர்ஷ்டம் இவரைக் கொஞ்சமாகக் கலங்கடிக்கவே செய்தது. வளர்த்த யானைகளை விற்பது உமர்லெப்பைக்கு ஒன்றும் புதிதில்லை. இந்தக் கொம்பன் விசேடமானது. கிட்டத்தட்ட பன்னிரெண்டு வருடங்கள் கூடவே வாழ்ந்து பழகியது. இத்தனை நீண்டகாலம் எந்தவொரு யானையும் இருந்திருக்கவில்லை என்பதும் கலக்கத்திற்குக் காரணம். பிடிக்கப்பட்டு சில காலத்திற்குள்ளாகவே கை மாற்றப்பட்டுவிடும். மூன்றிலிருந்து ஆறு மாதங்களுக்குள் தன்னைப் பிடித்தவனுக்குப் பணியப் பழகிவிடும். ஏவல்கள் அனைத்துக்கும் உடன்படும். எங்கு எத்தனை மைல்கள் தொலைவென்றும் பாராது, முன் ஏவல் இல்லாமலேயே வளர்ப்பனைச் சுமந்துகொண்டு பயணம் செல்லும். காடு களனிகளுக்குப் போய்வருவதிலிருந்து, மரங்களை வெட்டி வீழ்த்துவது வரையிலும் சளைக்காது உழைக்கும். வீடுகள் கட்ட மூங்கில் மரங்களை வேரோடு பிடுங்கி எடுக்கும். கூரை வேய ஓலைகளைப் பிடிங்கித் தரும். இப்படிக் கொம்பன் யானை நீண்ட காலம் உமர்லெப்பைக்கு உழைத்துக் கொடுத்திருந்தது.

சிங்கள பௌத்த கலாச்சாரத்தில் தலதா மாளிகைக்கு இருக்கும் முக்கியத்துவம், தொன்மை வரலாறு பற்றியெல்லாம் உமர்லெப்பை பணிக்கருக்கு ஒன்றும் தெரிந்திருக்கவில்லை, தெரிந்திருப்பது தேவையானதோ இல்லை என்றபோதும் இது அரசாங்கம் சம்பந்தப்பட்ட விவகாரம் என்பதைப் புரிந்துகொண்டிருந்தார். அது அவருக்கு மிக்க மகிழ்வும் நிறைவுணர்வும் அளிப்பதாக இருந்தது. இலங்கைத் தீவு முழுவதும், நான்கு திசைகளிலும் வனப் பிராந்தியங்கள் விரிந்து கிடக்க, உமர்லெப்பையின் கைக்குழந்தையாக இருக்கின்ற கொம்பன் யானைதான் தலதா மாளிகைக்குச் சென்றாக வேண்டுமென்றிருந்த விதியை எண்ணித் தன்னியல்பாக உண்டாகும் குதூகலத்தைக் கொண்டாடினார்.

இந்தக் கொம்பன் யானையினால் தான் ஒரு பேரழகியோடு பேரின்பமாக வாழ்வதாக உண்டான எண்ணம், அதைப் பிரிவது பற்றிய துயரத்தை இருமடங்காக்கியது. உமர்லெப்பை பணிக்கரின் மற்றுமோர் மகத்தான வீரதீரச் செயலைக் கூறும்போது சகர்வானின் முகத்தில் திடீரெனத் தோன்றிய

நளினமும், கண்களில் உருவான கவர்ச்சியும் அயானாவின் சுவாரஸ்யவுணர்வுகளைத் தூண்டின.

"எங்க மூத்தப்பாட கம்பீரத்துக்கும் அழகுக்கும் செல்வாக்கு பண வசதிகளுக்கும் ஊரில எத்தன பொண் வேண்டுமுன்டாலும் எடுத்திருக்கலாம். ஆனா அவருக்குக் கதாவும் கைப்பினையும் ஒரு வெளிநாட்டுப் பொம்புளையோட இருந்திருக்கி."

"அவர் என்னத்துக்கு வெளிநாட்டுக்குப் போனாரு"

"செல்வங்களெக் குடுக்கிற ஆண்டவன் கூரையெப் பிச்சிக்கிட்டும் குடுப்பானுன்டு அப்பிடித்தான் அவருக்கு ஈரான் பொண் கிடைச்சதும்"

கதையின் சுருக்கம் இதுதான். – உமர்லெப்பை பணிக்கர், வனமொன்றுக்குள் பவனி சென்ற போது தற்செயலாக ஒரு பெண்ணைப் பார்த்துள்ளார். முன்னெப்போதுமே கண்டிராத விதமான அந்தப் பெண்ணின் பேரழகு அவரை ஸ்தம்பிக்கச் செய்துவிட அவளை அடைந்தே தீர்வதென்று சீக்கிரமாகத் தீர்மானித்தார். பிரகாசமான பெருத்த வட்டக் கண்களும் தடித்த கருமையான புருவங்களும் நீண்ட சுருள் கேசமும் அவரை மெய் மறக்கச் செய்கின்றன. அவளோ, ஒரு மகாராஜாவைப் போல யானையில் பவனி வந்துகொண்டிருந்த அவரைக் கண்டுகொள்ளவேயில்லை. மிரண்டுபோயிருந்த அவள், மெலிந்து களைத்துப்போனவளாக காட்டுக்குள் அங்கும் இங்கும் ஓடிக்கொண்டிருந்திருக்கிறாள். யாரோ சிலர் மூச்சிரைக்க அவளைத் துரத்திக்கொண்டு வந்ததைப் பார்த்துவிட்ட உமர்லெப்பை, மறு யோசனையின்றி திடகாத்திரமான அந்த மனிதர்களோடு ஒற்றை ஆளாக நின்று மல்லுக்கட்டினார். இந்தப் போரில் கொம்பன் யானையின் பங்களிப்பு பலம் சேர்த்து வெல்வதற்குக் காரணமாயிருந்திருக்கிறது. முன்பின் அறிந்திராத, முன்விரோதம் சிறிதுமற்ற எதிரிகளோடு போராடிக் காப்பாற்றியும் அந்தப் பேரழகியோ, உமர்லெப்பையோடு வருவதற்கு இணங்கவில்லை. இறுகப்பிடித்திருந்த அவரது கைககளிலிருந்து விடுவித்துக்கொண்டு திக்குத் தெரியாத காட்டினுள் ஓடியிருக்கிறாள். அவளது செய்கையால் அதிர்ச்சியும், ஏமாற்றமும் அடைந்த உமர்லெப்பை, அவளது கை, கால் களைப் பிணைத்துக் கட்டிப் பலவந்தமாகத் தூக்கித் தோளில் சுமந்தபடி நள்ளிரவில் ஊருக்குத் திரும்பினார். இப்படிக் கடத்திக் கொண்டு வந்த பெண்ணை யாருமே அறியாதபடி சில மாதங்களாக வீட்டுக்குள் மறைத்துவைத்திருந்தாராம். அந்தப் பெண்ணைப் பற்றிய எந்தவொரு தெளிவான தகவலும் பிற்காலத்தில்கூட யாருக்குமே தெரியாதாம். வங்காள

விரிகுடாக் கடலில் பயணித்துக்கொண்டிருந்த ஒரு வியாபாரக் கப்பல் கடுமையான புயலிலும் கடற்கொந்தளிப்பிலும் சிக்கி மட்டக்களப்புக்குத் தெற்கே மூன்று மைல்களுக்கு அப்பாலுள்ள 'பூநொச்சிமுனை'யில் கரை ஒதுங்கியதாகவும், அந்தக் கப்பலில் வந்த வியாபாரிகள் விற்பனைக்காக ஈரான் தேசத்திலிருந்து கடத்தி வந்த பெண்ணே இவள் என்றும் ஒரு கதை உண்டாம். காட்டுக்குள் வேட்டைக்குப்போன உமர்லெப்பை ஒரு வேடப் பெண்ணைத் தூக்கிக்கொண்டு வந்துவிட்டதாகவே ஊருக்குள் கதை பரவியது. வேடப் பெண் என்று சொல்லத்தகுந்த அங்க லட்சணங்களோ தோல் நிற வேறுபாடோ இல்லாத அவளை மொஹலயப் பேரழகியாகவே மக்கள் பார்த்தார்களாம். மரணத் தறுவாயிலும், அவள் உமர்லெப்பையோடு பேசிக் கொள்ளவே இல்லையாம். அவளுக்கு பேச முடியுமா, அவளொரு ஊமையா, அவளுக்கு ஏதாவதொரு பாஷை தெரியுமா என்று மரணம் வரையிலும் அவளுடன் வாழ்ந்த உமர்லெப்பைக்குக்கூடத் தெரியாதாம்.

"விருப்பமில்லாமக் கொண்டுவந்த பொம்பிள எப்பிடி அவரோடக் கடைசிவரெக்கும் வாழ்ந்திருப்பா?"

"ஆனையெக் கட்டிப் பழவின மனுஷனுக்கு ஒரு பொம்பிளையெக் கட்டிப்போறது பெரிய வித்தையா? எல்லாம் கொஞ்சக் காலந்தானாம், அதுக்குப் புறகு அவெ அவரு வளர்த்த ஆனையெப் போலத்தானாம், வா என்டா வந்து குந்தென்டா குந்தி அடங்கி ஒடுங்கி வாழ்ந்திருக்கா. கடைசிவரெயும் மூத்தாப்பா வேற பொம்புளகளெ நாடிப் போகல்ல. அவவொடவே வாழ்ந்தாரு. ஆனா அந்த ஈரான்காரி இடும்பு புடிச்ச பொம்புளயாம், ஒரு நாள்கூட மூத்தப்பாக்குச் சோறு தண்ணி ஆக்கிப்போட்டதே இல்லையாம், ஒரு வார்த்தை பேசினதில்லையாம், புள்ள குட்டிகள மட்டும் பெத்துப்போட்டுட்டு சும்மா இருந்திருக்காள்ன்டா, என்ன திமிராக இருந்திருக்கும்"

கேள்விகள் பல தோன்றியும் உம்மம்மாவைச் சங்கடப்படுத்தி விடக் கூடாதென்றும், கூர்மையான வன்முறையின் நிழலில் உருவான ஒரு சந்ததியின் தொடர்ச்சியாகத் தானும் இருக்கின்ற குற்றவுணர்வும் மேலிட இருதயம் பதட்டமடைந்தது. உரையாடலைத் திசைதிருப்ப விரும்பினாள் அயானா. மீண்டும் கொம்பன் யானை பற்றிய உரையாடல்கள் தொடங்கின. ஏறாவூரிலிருந்து கண்டி தலதா மாளிகைக்கு யானை கொண்டு செல்லப்பட்டதை விபரிக்கலானாள் சகர்வான்.

"கொம்பன் யானையெக் கொண்டுபோறதுக்கான அனுமதிக் கடிதத்தில அப்போதைய கிழக்கு மாகாண அரசாங்க அதிபர்தான்

கையொப்பம் போட்டுக் கொடுத்தாராம். மட்டக்களப்பிலிருந்து வடக்குக் கரை வழியாக வாழைச்சேனை வழியாத் தொப்பாவெவ என்ட இடத்துக்குக் கொண்டுபோனாங்களாம். அங்கயிருந்து மாத்தளை, அங்கயிருந்து கண்டிக்குப் புறவு கேகாலைக்கும் கொண்டுபோயிருக்காங்க. இப்படி யானையைக் கொண்டுபோறதுக்கு, 1925ஆம் ஆண்டு நவம்பர் மாதம் முப்பது திகதியிட்டு கிழக்கு மாகாண அரசாங்க அதிபர் குடுத்த அனுமதிக் கடிதம் இன்னமும் அரசாங்க ஆவணங்களோட இருக்குதாம்."

"அது சரி உம்மம்மா, நீங்க எப்படி நாள் தேதி எல்லாம் இம்பட்டு அச்சொட்டாச் சொல்றீங்க."

"மகள், இதொன்டும் சும்மா கதையில்லை. நம்மட கௌரவம். நம்மட வரலாறு. நம்மட குடும்பத்துக்கு மட்டுமில்லை நம்மட சமூகத்துக்கு, நம்மட ஏறாவூருக்குப் பெருமையத் தேடித் தந்த உண்மை நிகழ்ச்சி. இதின்ட நாள் திகதி மறக்குமா எனக்கு. நீயும் நல்லா மனசுல பதிஞ்சு வெச்சுக்கணும். நாளைக்கு உங்கட பிள்ளைகள் பேரப்பிள்ளைகளுக்கும் இதைச் சொல்லணும்."

"ம் சரி. கதையைச் சொல்லுங்களேன். பிறகு என்ன நடந்திச்சி" என்று உம்மம்மாவுக்கு முனைப்புக்காட்டினாள்.

"தலதா மாளிகைக்கு கொண்டுபோகப்பட்ட அந்த யானை ஒரு வருசம் ரெண்டு வருசமில்லை, ஐம்பது வருசம் சேவை செஞ்சிச்சாம். அதுக்கு ராஜா என்று பெயர் வச்சிருந்தாங்களாம். 1984இல் அப்ப ஜனாதிபதியா இருந்த ஜே.ஆர். ஜயவர்த்தனா ராஜாவை தேசியப் பொக்கிசமாகப் பிரகடனப்படுத்தினதாச் சொல்றாங்க."

"எனக்குப் புரிஞ்சிட்டு உம்மம்மா" என்று பட்டத்தின் நூலைப் பிடித்துவிட்டவளைப் போலக் கூவினாள் அயானா.

"நாங்க சுற்றுலா போன நேரம் ராஜாவை அரும்பொருட் காட்சியகத்தில பார்த்தம். அப்ப எனக்கு இந்த விவரமெல்லாம் தெரிஞ்சிருக்கல்ல. ராஜா செத்துப்போன பிறகு அதுட உடம்புக்குள்ளிருந்த பாகங்களெத் துப்புரவு செஞ்சி எடுத்திட்டு பஞ்சு போலப் பழுதடையாத பொருள்களை உள்ளெ நிரப்பிப் பாதுகாத்து வைச்சிருக்காங்க. கண்டி தலதா மாளிகையில 1950 இல் நடந்த எசலப் பெரகரவில் பௌத்த புனிதப் பொருள்களைச் சுமந்ததிலிருந்து இறக்குகிறவரைக்கும் எந்தவொரு தொந்தரவுமே ராஜா செஞ்சதில்லையாம். மிகுந்த கட்டுப்பாடும், கண்ணியமுமாக் கடமையெச் செய்து, எல்லா யானைகளுக்கும் முன்மாதிரியாக இருந்திச்சு என்டெல்லாம் விளக்கம் சொன்னாங்கள்."

தலதா மாளிகை பற்றித் தான் அறிந்துவைத்திருக்கும் தகவல்களும் உம்மம்மா சொல்லிக்கொண்டிருந்த தகவல்களும் ஒன்றுக்கொன்று ஒத்துப்போனதில் ஒருவிதக் கிளர்ச்சியில் இருந்தாள் அயானா.

'தலதா மாளிகை' இலங்கையின் கண்டி நகரில் உள்ள புகழ் பெற்ற பௌத்த ஆலயம். பௌத்தர்கள் உயர்வாக மதிக்கின்ற புத்தரின் 'புனிதப் பல்' தலதா மாளிகையில் வைக்கப் பட்டிருப்பதன் காரணமாக 'புனித தந்த தாது ஆலயம்' என்றும் அழைக்கிறார்கள். புத்தரின் புனிதப் பல்லை இந்தியாவிலிருந்து இளவரசர் ஹேமந்தாவும் இளவரசி தந்தாவும் கொணர்ந்ததாகச் சொல்லப்படுகிறது.

1592 தொடக்கம் 1815 வரை இருந்த கண்டி இராச்சியத்தின் தலைநகரமாகக் கண்டி நகரம் விளங்கியது. அதை ஆண்டுவந்த அரசர்களின் அரண்மனை வளாகத்தின் உள்ளேயேதான் தலதா மாளிகை நிர்மாணிக்கப்பட்டுள்ளது.

இலங்கையிலுள்ள பௌத்த பீடங்களான மல்வத்தை பீடம், அஸ்கிரிய பீடம் ஆகியவற்றைச் சேர்ந்த பீடாதிபதிகள் ஆண்டுக்கு ஒருவராகச் சுழற்சி முறையில் தலதா மாளிகையின் உள் மண்டபத்தில் நாளாந்தக் கிரியைகளை நடத்துவார்கள். காலை, மதியம், மாலை என நாளொன்றுக்கு மூன்று தடவைகள் கிரியைகள் நடக்கும். ஒவ்வொரு புதன்கிழமையும் புனிதப்பல் 'நனுமுரா மாங்கல்யா' என்றழைக்கப்படும் நறுமணப்பூக்கள், மூலிகைகள் சேர்க்கப்பட்ட நீரால் நீராடப்படுகிறது. நோய்களையும் குறைகளையும் குணமாக்கிப் போக்கும் திறன் கொண்டதாகக்கருதப்படும் இந்தப் புனிதநீர் தலதா மாளிகையைத் தரிசிப்பதற்காகச் செல்லும் பக்தர்களுக்குத் தரப்படுகிறது.

ஆண்டுதோறும் ஜூலை, ஆகஸ்ட் மாதங்களில் நடைபெறும் எசலப் பெரகர பற்றியும் உம்மம்மாவுக்கு விபரித்தாள் அயானா. எசல பேரணி கண்டி நகரத்தில் நிகழும் பௌத்த திருவிழா. கண்களைக் கவரும் பாரம்பரிய ஆடை அணிகளுடன் நடைபெறும் திருவிழா இலங்கையின் முதன்மையான தொன்ம அடையாளங்களில் ஒன்று. தீ நடனம், சவுக்கடி நடனம், கண்டி நகரப் பாரம்பரிய நடனங்களுடன் அலங்கரிக்கப்பட்ட யானைகளின் பவனியே எசல பெரகர. இந்தப் பெரகர மூன்றாம் நூற்றாண்டிலிருந்தே புழக்கத்தில் இருப்பதாகவும் மழையை வேண்டி இவ்விழா கொண்டாடப்பட்டது என்று ஒரு நம்பிக்கையும், இந்தியாவிலிருந்து புத்தரின் புனிதப் பல் கொண்டுவரப்பட்டதன் பின்னர் தொடங்கப்பட்டதென்று இன்னுமொரு நம்பிக்கையும் உள்ளது.

“அதெல்லாம் என்னம்மோ. இப்ப புரிஞ்சிருக்குமே, இந்த உம்மம்மா சும்மாவெல்லாம் கதை சொல்லலை, வரலாற்ற, வரலாற்றோட நாம சம்பந்தப்பட் கதையெத்தான் சொல்லி யிருக்னே என்டு. ராஜா யானை 1988 இல் செத்துப்போச்சு. அடுத்த வருசமே அதுட சேவையைக் கௌரவிச்சு அரசாங்கம் முத்திரைகூட வெளியிட்டிச்சி.”

“அந்த முத்திரை உங்களுக்கிட்ட இருக்கா உம்மம்மா?”

“பின்ன இல்லாமலா. பெறுமதியான அந்த முத்திரை எனக்கிட்ட இன்னமும் இருக்கு.”

பழைய ரங்கூன் இரும்புப் பெட்டியைத் திறந்தாள் சகர்வான். துருப்பிடித்த பூட்டு இல்லாத பெட்டிக்குள் மஞ்சள் படர்ந்த வெள்ளைப் பருத்தித் துணியில் சுத்தப்பட்டிருந்த கோப்புகள் சிலவற்றை எடுத்தாள். அவை நிலபுலங்களின் உரிமையைக் கோரும் உறுதிப் பத்திரங்களாக இருக்கலாம் என ஊகித்தபடி உம்மம்மாவைக் கவனித்துக்கொண்டிருந்தாள் அயானா. அவளது ஆர்வமெல்லாம் அந்த முத்திரையைப் பார்த்துவிடுவதில் இருந்தது. ஒற்றைக் கோட்டு எழுத்துக் கொப்பியிலிருந்து கழற்றி எடுத்த காகிதத் துண்டொன்றில் முத்திரை ஒட்டப்பட்டிருந்தது. முத்திரையின் வலது மேல் மூலையில் பெறுமதி அச்சடிக்கப்பட்டிருந்தது. எழுபத்தி ஐந்து சதம். யானை ராஜாவின் தெளிவான பிரதியுருவம் அச்சடிக்கப்பட்ட முத்திரை அது. வெள்ளைப் புள்ளிகளும் கீழ்ப்பாகம் வெள்ளையுமான அதன் நீண்ட தும்பிக்கை நிலத்தைத் தொட்டுக் கொண்டிருந்தது. நீண்டு வளைந்த தந்தங்களுடன் கம்பீரமாக நிற்கின்ற யானையின் பிரதியுருவத்தை அயானா விரல்களால் தடவிப்பார்த்தாள்.

“உம்மம்மா இதை எனக்குக் குடுப்பிங்களா?” உள்ளங் கைகளுக்குள் பொத்திப் பிடித்துக்கொண்டு தாழ்ந்த குரலில் கெஞ்சினாள்.

“தருவேன், பத்திரமா வச்சிக்கணும். அது நம்மட கௌரவம்.”

“வச்சிருப்பேன்.”

நான்கு

சாஜஹானின் வீட்டு வாசலுக்கு முன்பாக வந்து நின்ற பேருந்திலிருந்து குபுகுபுவென அவர்கள் இறங்கினார்கள். பெரியவர்களும் பெண்களும் ஆண்களும் குழந்தைகளுமாக சகர்வானின் மூன்றாவது மகள் சாஜஹானின் வீடு இடைவிடாத ஆரவாரிப்பில் இருந்தது. மாமி, சாச்சா, மகள் என்ற கூப்பாட்டுடன் ஒருவரை ஒருவர் தழுவிக்கொண்டு கண்ணீர் மல்க அழுதார்கள். அரைமணி நேரத்திற்கும் மேலாகத் தொடர்ந்த இவர்களது தழுவலும் அழுகையும் விசாரிப்பும் இயல்பாக அடங்கிப் போனபோது உருவான பலத்த அமைதியைக் கிழித்துக்கொண்டு உயர்ந்த வயோதிபர் கேட்டார்.

"உம்மாவைப் பார்க்க எத்தனை மணிக்குப் போவலாம் மவள்."

"சாச்சா, இப்ப நேரம் ரெண்டு மணி. இனி அஞ்சு மணிக்குத்தான் வார்டு பார்க்க முடியும். நீங்க எல்லாரும் களைப்பாக இருக்கிறீங்க. சாப்பிட்டு ஓய்வெடுத்திட்டு ஆறுதலாப் போவமெ."

"ஹெம்மாத்தகமவில இருந்து சாப்பிட்டு ஓய்வெடுக்கவா மவள் இங்கின வந்தம்? உம்மாவை ஆஸ்பத்திரியில வச்சீக்கியன்டு நீங்களுவொள் கோல் எடுத்துப்பேசிய மறு நிமிசத்திலயீந்து மனம் பதறிப் போய்க் கெடக்கும்மா. இத்தனை நாள் சொல்லாம ஈந்திட்டிங்களே மவள்."

"இல்லை சாச்சா, உம்மாவுக்கு இப்படி ஆகும் என்டு நாங்க கனவிலயும் நினச்சி இருக்கல்ல.

லேசான வயித்துவலியென்டுதான் நினச்சம். தூரந்தொலைவில இருக்கிறவங்களையெல்லாம் கூப்பிட்டுச் சொல்றளவு சீரியஸான நிலையின்டு நம்பல்ல. ஆப்ரேஷன் செஞ்சும் உம்மா மூச்சுப் பேச்சிழந்து கிடக்கவுந்தான் தகவல் சொன்னம்.”

“ஏம்மா . . . ஏம்மா . . . அந்தச் சீவனை அல்லாஹ் சோதிக்கியான். பாவம் செஞ்சறியாத சீவன்மா அது. பொறந்ததில இருந்து நிம்மதியடையாம ஓடின உடம்பு. எப்பக்கியீந்தாலும் போற சீவன்தான். ஏன் இப்படி அழுந்திக் கஸ்ட்டப்பட்டுப் போவோணும். மனந்தாங்கல்லைம்மா.”

அங்கிருந்தவர்கள் எல்லோருமே ஏகமாக அழுதனர். இவர்கள் கொழும்பு, களுத்துறை, ஹெம்மாத்தகம, மாவனல்லை, உடுக்குமுறை, நாரம்மலை, குருணாகல், புத்தளம் என்று மத்திய மேல்மத்திய மாகாணங்களின் பல திசைகளிலிருந்து ஒன்றிணைந்து தனியார் பேருந்தொன்றை வாடகைக்கு அமர்த்திக்கொண்டு வந்திருந்தார்கள். களுத்துறையிலிருந்து வந்த சக்கரியா ஏறாவூரில் சகர்வானைத் திருமணம் செய்ததால் உருவான சொந்தங்கள் இவர்கள். அவருக்கு நான்கு சகோதரிகள். சகோதரர்கள் ஐவர். சக்கரியா நான்காவது சகோதரிக்கும் ஆறாவது சகோதருக்கும் இடையில், ஐந்தாம் பிள்ளை. அவர் கிழக்கு மாகாணத்திற்கு வந்ததும், மட்டக்களப்பு ஏறாவூரில் சகர்வானைத் திருமணம் செய்ய நேர்ந்ததும் எல்லாம் மனிதனுக்குப் பிடிபடாத இயற்கையின் பரிவர்த்தனைகள்.

சகர்வானின் மக்களில் நூர்ஜஹானும், சாஜஹானும் வந்திருந்தவர்களின் கேள்விகளுக்குப் பதிலளித்தபடியே அவர்களுக்கு மதிய உணவு பரிமாறுவதற்கான ஆயத்தங்களில் இருந்தனர்.

“ . . . உம்மா எப்பயுமே டாக்டருக்கிட்டப் போனதில்ல.. போறதுக்கு நேரமும் இருந்ததில்ல. வாழ்ந்த நாள் அம்பட்டும் எங்கட நலவு நட்டம் பார்த்தெ இருந்திட்டாங்க. பெருநாள் லீவு நாள் தவிர உம்மா வயிற்றில மத்தியானச் சோறே இறங்கினதில்ல. சாப்புடப்போற நேரத்தில யாவரத்தை மூடிவச்சா நட்டம் என்டு ஒருநாளும் சாப்பிடப்போறல்ல. இஞ்சிப்பிளண்டியும் தண்ணீயும் பனிசும்தான். முந்திரியங்கொட்டப் பொட்டிக்குள்ள எப்பவும் குளுக்கோஸ் இருக்கும். வெயில் நேரத்தில தலசுத்துறாப்போல இருந்தா கிள்ளி வாயில போடத்தான் வெச்சிருக்கனுண்டு சொல்வாங்க.”

“. . . இப்பதான் தெரியுது, சீனி வருத்தம் இருந்திருக்கு. கிட்னி பழுதாம். ஈரல், இதயம் எல்லாமே பாதிக்கப்பட்டிருக்காம்.”

சாஜஹான் பீறிட்டு அழுதாள். சக்கரியாவின் தங்கை அவளை அணைத்து ஆறுதல்படுத்த முயன்றாள். எல்லோருமே அழுதபடியேயிருந்தார்கள். சகர்வானின் வாழ்வு தொந்தரவு செய்யும் ஞாபகங்களாக மாறி அந்த மண்டபத்தையே நிரப்பிக்கொண்டிருந்தது. அறுபத்தைந்து ஆண்டு காலமாக அவளை ஓடச்செய்த வாழ்வு அவளுக்குத் தந்திருக்கும் பரிசுகள் என்னவென்று ஊகிக்க முயன்றுகொண்டிருந்தார்கள். எல்லாவற்றுக்குமே முடிவு இருக்கிறது. ஒரு பாதைக்கு, ஒரு தண்டவாளத்திற்கு, ஒரு வட்டத்திற்கு, ஒரு நூலுக்கு என்று எல்லாவற்றுக்குமே முடிவு இருக்கிறது. அப்படியாகத்தான் வாழ்வுக்கும். சகர்வானின் வாழ்வு இப்படியாக முடியக் கூடாது என்பதே எல்லோரினதும் விருப்பமாக இருந்தது. அவளை ஓய்வில் இருப்பவளாகக் காண அனைவரும் அவா கொண்டிருந்தனர். ஏன் இதுவரைக் காலமும் அவளைப் பற்றி அவளது சொந்த அபிலாஷைகள் பற்றி சிந்திக்கத் தோன்றவில்லை என்ற எண்ணம் குற்றஉணர்வாக மாறிவிட்டிருந்தது.

பீரிசாஉம்மாவுக்கு நேர்ந்ததுபோன்று ஆழ்ந்த நித்திரைபோன்ற மரணம் வந்து அவளை இழுத்துக் கொண்டோடியிருந்தால் இங்கு இப்போது நடந்துகொண்டிருப்பவை வேறு விதமாக இருந்திருக்கலாம். இயற்கை முடிவு செய்துவிட்டது. சகர்வானின் வாழ்வை மட்டுமில்லை, எல்லா மனிதர்களுடைய வாழ்வையும்.

ஒரு வார்த்தை விளக்கம்கூட அளிக்க விரும்பாதவராகச் சக்கரியா விட்டுச்சென்றபோது அவள் கலங்கவில்லை. அவரது செய்கைக்கு தான் எந்தவிதமாகவும் காரணமாக இல்லை என்கிற உறுதியான எண்ணம், அவரிடம் எந்தவித மன்றாட்டத்தையும் செய்யவிடாது இறுதிவரையும் அவளைத் தடுத்துக்கொண்டேயிருந்தது.

"இந்தப் பிள்ளையாச்சும் ஆம்பிளைப் புள்ளையாப் பொறந்திடணும்" என்பதை ஒரு ஆணின் இயல்பான விருப்பம் என்று புரிந்துகொள்கிறளவு பக்குவம் அவளுக்கிருந்தது. ஆண்பிள்ளையாக மட்டும்தான் இருக்க வேண்டும் என்கிற பிடிவாதத்தில் அவள் தெளிவு காண முடியாதவளாக இருந்தாள். இந்த முரண்பாடுதான் சகர்வானை சக்கரியாவிடமிருந்து பிரித்து வேறாக்கியது.

ஏற்கெனவே நான்கு பெண் பிள்ளைகளைப் பெற்றவள். நான்காவது மகளை இறைவன் திரும்ப எடுத்துக்கொண்டு இரண்டு வருடங்கள்தானும் முடிந்திருக்கவில்லை. அல்குர் ஆனில் சுவர்க்கம் பற்றிய விவரணங்களில் போலவொரு ஹூர்லீனை நான்காவதாகப் பெற்றிருந்தாள். சுவனத்தின் பூஞ்சோலை

களிலிருந்து பறித்தெடுத்துக் கவனமாகக் கோர்த்துக் கட்டியது போன்ற ஒரு பூங்கொத்து அந்தக் குழந்தை. மர்ஜானி என்று பெயர் வைத்தார்கள். அவள்போலவொரு குழந்தையை அந்த ஊர் அதற்கு முன்பாகப் பார்த்திருக்கவே இல்லை என்று பேசிக் கொண்டார்கள். அவளைக் காணுகிறவர்கள் யாராக இருந்தாலும் ஒரு கணம் நின்று கன்னங்களை நிமிண்டி முகர்ந்துவிட்டே சென்றார்கள். அந்தப் பிஞ்சுக் குழந்தைக்கு நிகழ்ந்ததுவொரு கொடிய மரணம். நோய் வந்து வாடி வதங்கவோ, சென்றுவிடப்போகிறது என்று ஊகிக்கவோ இடமளியாதபடி திடீரென ஓர் இரவில் ஒளியென மங்கிப்போனாள் மர்ஜானி!

மர்ஜானியை இழந்த துயரத்திலிருந்து சகர்வான் முற்றாக மீண்டிருக்கவுமில்லை. சலனமில்லாது இன்னொரு கரு அவள் வயிற்றினுள் ஊரத் தொடங்கிருந்தது.

சக்கரியாவுக்குப் பெண்பிள்ளைகள் போதுமென்றாகி விட்டது. இனி வேண்டாம் என்ற முடிவான முடிவுக்கு அவர் வந்துவிட்டிருந்தார். மூச்சுக்கு மூச்சு “ஆம்பிளைப் புள்ளையாப் பெத்திடு” என்றே சொல்லிக்கொண்டிருந்தார். அப்போதுகூட இந்த எதிர்பார்ப்பும் ஆசையும் உறவுக்கே வில்லங்கமாக வருமென்று சகர்வான் நினைத்தாளில்லை. சக்கரியாவும் நினைத்திருக்க மாட்டார்.

பிரசவம் பார்த்த மருத்துவிச்சி கதவை மூடிக்கொண்டு வெளியே வந்தபோது வாசல்படியில் குந்தியிருந்த சக்கரியாவிடம், “இதுவும் பொம்பிளைப் புள்ளைதான்” என்றாள்.

ஆண்பிள்ளையைப் பெற்றுத்தர முடியாத சகர்வானில் வெறுப்பும் கோபமும் வேறு காரணங்கள் இல்லாமலேயே உருவாகி வளர ஆரம்பித்தன. அவளைத் தொட்டுறவாடுவதற்குக் குறுக்கே ஆண்பிள்ளை ஆசை அரக்கனாக எழுந்து நின்றது. முன்புபோல அவளில் காதல் சுரக்கவில்லை. சகர்வான் அன்பு செலுத்தும் திறனுள்ளவள். களுத்துறையிலிருந்து ஏறாவூருக்கு வந்தது முதல் கடைசிக் குழந்தை உம்மு ஜெஸீமாவைப் பெற்றெடுக்கிறவரைக்கும் வாழ்வின் பலவித சுழற்சிகளை அனுபவித்திருக்கிறார்கள். சக்கரியா ஏறாவூர் நகரை வந்தடைந்ததுகூட திட்டமிட்ட நிகழ்வாக இருக்கவில்லை. அது ஒரு தற்செயல். வாலிபக் குறுகுறுப்பும் திடமும் கட்டுறுதியுமான பருவத்தில் அங்காடியில் சக வியாபாரிகளுடன் உண்டான தகராறு பெரிதாகிப் பொலிஸ் நிலையம்வரையும் இழுத்துச் சென்றது. ஒரு கலகக்காரனாகக் குடும்பத்தால் ஏறத்தாழ புறக்கணிக்கப்பட்ட நிலையிலிருந்த சக்கரியாவைப் பொலிஸின் பிடியிலிருந்து மீட்டெடுக்க யாரும்

துணை நிற்காதபோது வீரத்தை மட்டுமே நம்பிப் பொலிஸின் பிடியிலிருந்து தப்பிக்க சக்கரியா எடுத்த முயற்சியில் நான்கு பொலிஸார் படுகாயத்திற்குள்ளாகினர். மீண்டும் அகப்பட்டால் வாழ்நாள் முழுவதும் சிறையிலேயே கிடந்தழிய வேண்டியேற்படும் என்ற கஸ்டகால நினைப்பிலிருந்து தப்பிப்பதற்காகப் புறப்படுவதற்குத் தயாராக நிறுத்தப்பட்டிருந்த லாறியில் ஏறி வந்தடைந்த இடம்தான் ஏறாவூர். தேநீர் வாங்குதற்குக்கூட பைசா இல்லாது வந்திறங்கியபோது அபயக்கரம் நீட்டியவர் சகர்வானின் காக்கா இஸ்மாயில். ஏறாவூர் நிலத்திற்கு முற்றிலும் அந்நியமான தோற்றமும், கொச்சையான தமிழ் மொழியும் அவரை ஒரு சிங்களவன் என்றே அடையாளப்படுத்துவதாக இருந்தது. களுத்துறை நகரில் இஸ்லாமியக் குடும்பத்தைச் சேர்ந்த சக்கரியா கற்றதும் பயின்றதும் பழகியதும் சிங்கள மொழியே என்பதால் சிங்களம்தான் மிகப் பரிச்சயமான மொழி அவருக்கு. காலம் அவரை வெகு சீக்கிரமாகவே ஏறாவூர் மண்ணோடு இணைத்துப்போட்டது. சக்கரியா எங்கோ தொலைந்துபோனான் என்றும் வியாபார அங்காடிகளும் பொலிஸாரும் அவனைக் கொன்று புதைத்திருக்கலாம் என்றும் ஊகங்களால் அவன் பற்றிய ஞாபகங்களுக்கு முத்தாய்ப்பு வைத்திருந்த உறவினர்களுக்கு அவன் மட்டக்களப்பில் ஏறாவூரில் வாழ்வதும், திருமணமாகிவிட்டதென்றும் அறியக்கிடைத்தவுடன் இதேபோன்றுதான் வாடகை வாகனத்தை அமர்த்திக்கொண்டு ஓடிவந்தார்கள்.

அப்போது சகர்வானுக்குப் பதின்மூன்று வயது. அரைப்பாவாடையும் சட்டையுமாக துருதுருவென்று பட்டு நிறத்தில் ஒரு சிறுமியைப் பிடிக்காதுபோவது எப்படிச் சாத்தியம்? சகல சீர் சிறப்புகளுடனும் நிறைந்த அன்புடனும் சக்கரியாவின் குடும்பத்தினர் சகர்வானை ஏற்றுக்கொண்டனர். தூரத்துத் தண்ணீர் ஆபத்துக்குதவாதென்ற வாக்குபோல சக்கரியா குடும்பத்து அன்பும் கரிசனமும் எண்ணிப்பார்த்துப் பூரிப்படைகிறவரைதான் கொடுப்பினையாக இருந்து வந்திருக்கிறது இதுவரைக்கும். ஒன்றுக்குப் பின் ஒன்றாக பொட்டைப் பிள்ளைகளைப் பெற்றுப்போட்டாள் என்ற அதிருப்தி மனத்தை அரித்துத் தின்றபோதும் அதை யாருடனும் பகிர்ந்துகொள்ள ஒண்ணாத நிலை சக்கரியாவினுடையது. ஐந்து பெண்பிள்ளைகளைப் பெற்றது சகர்வானின் குற்றமில்லை என்பதை அவன் அறிவான். இயற்கை திருப்பியழைத்துக்கொண்ட குழந்தை மர்ஜானி போக நான்கு பெண் மக்களை வளர்த்து ஆளாக்குவதென்பது சலிப்பு உண்டாக்குகிற வேண்டாதவொரு காரியம் என்பதில் அவன் முடிவாக இருந்தான்.

அவனுக்குக் கொஞ்சமும் விருப்பமில்லாது ஐந்தாவதாகப் பிறந்த பிள்ளைக்கு இரண்டு வயதாகும் வரைக்கும் சகர்வானுடன் பாறையாகக் கிடந்தான். மனக்குழப்பங்களால் மகிழ்ச்சி குறைந்தது. கரைபுரளும் பாச உணர்ச்சி மங்கிக்கொண்டிருந்தது. ஒன்றும் இல்லாத விஷயங்களுக்கும் கோபம் உண்டாகிச் சச்சரவில் முடிந்தது. எரிச்சல், எதற்கெடுத்தாலும் எரிச்சல்! கோபம் தலைக்கேறிய ஒருநாள் மரவள்ளிக் கிழங்கு சீவிக்கொண்டிருந்த கத்தியை விட்டெறிந்தான். அது சகர்வானின் தோள்பட்டையில் குத்தி இரத்தம் வடியச்செய்தது. பக்கோடா பொறித்துக்கொண்டிருந்த சின்ன மகள் கயறுநிஸாவுக்குத் தேங்காயைத் தூக்கி வீசினான். அது அவளது வலது கால் பெரும் விரலில் காயத்தை உண்டாக்கியது. எதார்த்தமற்ற தர்க்கங்கள் வாழ்வை நரகமாக்கிக்கொண்டிருந்த பொழுதொன்றில்தான் அது நிகழ்ந்தது. வெறுங் கையை வீசிக்கொண்டு வந்த சக்கரியாவைத் தாழாத ஆச்சரியத்துடன் அந்தக் கேள்வியைக் கேட்டாள் சகர்வான்.

“ஏங்க, கரத்தை எங்க? ஏன் நீங்க மட்டும் வாறிங்க?”

“வித்துட்டேன்”

“அல்லாஹ்வே, என்ன சொல்றிங்க? வித்திட்டிங்களா? ஏன்? ஏன் வித்திங்க? எனக்கிட்டச் சொல்லவே இல்லியே?”

சக்கரியா பல தொழில்களில் பரிச்சயமானவர். சகர்வானைத் திருமணம் செய்துகொண்ட பிறகு திருகோணமலைத் துறைமுகத்தில் பண்டகசாலைக் கண்காணிப்பாளர் வேலை கிடைத்தது. நல்ல சம்பளத்துடன் திருப்தியாக வாழப்போதுமான வேலை என்பதால் சகர்வானையும் கூட்டிக்கொண்டு திருகோணமலைக்குச் சென்றார். அங்கு சில காலம் நிம்மதியான வாழ்வு அவர்களுக்கு காலத்தால் மாறாத வசந்தத்தைக் கொடுத்தது. நீரூற்றின் அருகே தளிர் வாடாத செடியாகச் செழிப்போடிருந்த வாழ்வைப் பிடிவாதம், ஆத்திரம் என்கிற அற்பப் புயல் அடித்துப்போட்டது. துறைமுகத்தில் சகப்பணியாளர்களுடன் உண்டான மனமுறுகல் கசப்புணர்வாக மாறி அங்கு இனி பணியாற்றுவதில்லை என்ற முடிவை சக்கரியா எடுக்கும்படி செய்தது. சகர்வான் கெஞ்சியும் கூத்தாடியும் அவரைச் சமாதானப்படுத்த முடியவில்லை. தன்னுடைய நிலைப்பாடுகள் எதுவாக இருந்தாலும் அனுசரித்துப்போகிறவளாக சகர்வானைக் காண்பதுதான் சக்கரியாவின் முழு விருப்பம். தனது தொழில் விவகார முடிவுகளில் தலையிட வேண்டாம் என்று அவளை வற்புறுத்திக் கேட்டதோடு திருகோணமலையிலிருந்து அவளையும் அழைத்துக்கொண்டு மீண்டும் ஏறாவூர் வந்தார்.

ஊருக்குத் திரும்பி வாழ்வாதாரத்திற்கான வழியைத் தேடியபோதுதான் நகரும் சிற்றுண்டி உணவக யோசனை உதித்தது. தாளித்த கடலை, பருப்பு வடை, தயிர் வடை, பக்கோடா, முறுக்குகள், மரவள்ளிக் கிழங்குப் பொரியல், மஸ்கட், பணியாரம், இனிப்புகள், தேநீர், காப்பி என்று பலவகையான சிற்றுண்டிகளைத் தயாரித்தார்கள். நகரும் சிற்றுண்டிக் கடைக்கு 'தாஜ்மஹல் சிற்றுண்டி' என்று பெயரிட்டார்கள். ஏறாவூர் மண்ணுக்கு மிகப் புதிய இவ்வகை உணவகம் மிக விரைவிலேயே பிரபல்யமாகி மக்களின் அனுசரணையைப் பெற்றது. இதற்காக ஓய்வு ஒழிச்சலின்றி உழைத்தார்கள். மூன்று மணி நேரம் மட்டுமே உறங்கினார்கள். பள்ளிக்கூட மாணவர்களும் வீட்டு மனிதர்களும் நகர்ந்துவரும் தாஜ்மஹல் சிற்றுண்டிக் கடையின் மணியோசைக்காகக் காத்து நின்றார்கள்.

பலவருட உழைப்பில் நிமிர்த்தி எடுத்த சிற்றுண்டி வியாபாரத்தை ஒருவிதக் கலந்தாலோசனையுமின்றி சக்கரியா ஒரே நாளில் தலை முழுகிவிட்டு வெறுங்கையோடு வந்து நிற்கும் ஏமாற்றத்தை சகர்வானால் அத்தனை எளிதாக ஏற்க முடிய வில்லை. வியர்வையும் உழைப்பும் இப்படி வீணாகப் போகும் என்று அவள் ஒருபோதும் எண்ணியும் பார்த்திருக்கவில்லை. வயதுக்கு வந்துவிட்ட வளர்ந்த மக்களும், இரண்டே வயதில் பச்சிளம் குழந்தையும் இருக்கிற ஒரு குடும்பஸ்தன் வாழ்வுக்கு ஆதாரமாக இருந்த மூலத்தை இப்படியா தலைமுழுகி விட்டு வந்து நிற்பான் என்று அழுது புலம்பினாள். சக்கரியா ஒரு வார்த்தைதானும் பேசவில்லை. அன்று முழுதும் மௌனமாகவே இருந்தார். இரவு அந்த வீட்டை முழுவதுமாக நிச்சலனமாக்கியிருந்தது. இருளை வெறித்தபடியே எல்லோரும் உறங்கிப்போனார்கள்.

மறுநாள் அதிகாலை திடுக்கிட்டெழுந்த சகர்வான் ஒழுங்கற்ற உறக்கமும், மனச்சுமையும் தளர்வுண்டாக்கி உடல் பலயீனமாயிருப்பதாக உணர்ந்தாள். பரபரப்பாகத் தயாராகிக்கொண்டிருந்த சக்கரியாவைக் கண்டு உள்மனதின் சூட்சுமத்தைக் கண்டறியும் திறனற்றவளாகச் சோர்வுடன் கேட்டாள். "உங்களுக்கு என்னதான் பிரச்சினை?". அவள் பக்கமாகத் திரும்பியும் பாராது, அல்லது அவளை நேருக்குநேராகச் சந்திக்கத் துணிவிழந்தவராகக் கூறினார்.

"ஊருக்குப் போறேன்"

"எந்த ஊருக்கு?"

"எங்கயிருந்து வந்தேனோ அந்த ஊருக்கு"

அவரது உடைமைகள் நிரப்பிய கறுப்புப் பையொன்றைக் கையிலெடுத்துக் கொண்டு புறப்பட்டார். அவரைத் தடுக்க வேண்டும் என்றோ, கெஞ்சிப் புலம்பிக்கொண்டு பின்னால் ஓட வேண்டும் என்றோ அவளுக்குத் தோன்றவில்லை. முன்பும் வாய்த்தகராறு சண்டை உருவாகின்றபோதெல்லாம் சொல்லிக் கொள்ளாமல் கிளம்பிச்சென்றிருக்கிறார். வெளியூர் அழகனை விடவும் உள்ளூர் முடம் மேலென்று இதுக்குத்தான்டி சொல்வதென்று அவளை அக்கம்பக்கத்தார் கேலி செய்திருக்கிறார்கள். அவர்களின் கேலிப்பேச்சுக்களையெல்லாம் பொய்யாக்கித் திடுதிப்பென்று அவராகவே திரும்பி வந்துவிடுவார். "கையெழுத்துக் கூடப் போடத் தெரியாத என்னை இப்படி விட்டுட்டுப் போயிட்டிங்களே ஒரு தந்தியடிக்கக்கூடத் தெரியாது எனக்கு, எங்க போனீங்களோ, எப்ப வருவீங்களோ என்று தவிச்சிக் கிட்டேயிருந்தேன்" என்று அழுது புலம்புவாள்.

"எனக்கும்தான், ஏதோ கோபத்தில போயிட்டன். உன்னையும் புள்ளகளையும் விட்டுட்டு இருக்க முடியாமத்தானே வந்து நிற்கிறேன்" என்பார்.

இப்படியாக இந்த முறையும் அறுத்தெறிய முடியாத உறவை நாடி சக்கரியா திரும்ப வந்துவிடுவார் என்றே சகர்வான் நம்பினாள்.

ஐந்து

"புகையில வாடியில இன்டைக்கு வேல அதிகம். ராவைக்கு நான் வராட்டிலும் பதறாமக் கதவ மூடிட்டுப் படுத்துடுங்க" ஸீனத்தின் கையில் இருந்த தேநீர் கோப்பையைப் பெற்றுக்கொண்டு கூறினான் இஸ்மாயில்.

"சரி காக்கா..."

"ஸீனத், தங்கச்சிமார அங்க இங்க அனுப்ப வாணா. சகர்வானும் தம்பி அபூபக்கரும்தான் பாவம் பசி தாங்க மாட்டாங்க. மர்யம் மாமிக்கிட்ட கொஞ்சம் குருனல் அரிசி வாங்கிக் கஞ்சி வெச்சிக் குடுங்க..."

"சரி காக்கா.."

"ஒன்டுக்கும் கவலப்படவாணா. நம்மட உம்மாவோட சேர்ந்து வாப்பாவும் மௌத்தாப் போயிட்டாருன்டு நினச்சிக்குவம்..."

"ம்..."

இஸ்மாயில் தேநீரை உறிஞ்சியபடியே யோசித்துக்கொண்டிருந்தான். இடையிடையே இவற்றையெல்லாம் ஒவ்வொன்றாகச் சொன்னான். ஸீனத் அனைத்துக்கும் ஒப்புதல் அளித்தாள். சகர் வானும் அபூபக்கரும் உறங்கிக்கொண்டிருந்தார்கள். முத்தும்மா முற்றத்தைக் கூட்டித் துப்புரவாக்கிக் கொண்டிருந்தாள். இஸ்மாயில் ஒருவித வேகத் துடனிருந்தான். பூமியையும் மனிதர்களையும் முழுமையாகப் புரிந்துகொண்டவன்போல இருந்தன அவனது நடவடிக்கைகள் ஒவ்வொன்றும்.

அவன் புறப்பட்டுச் சென்ற பிறகு வாசலில் இருந்த குடத்தை எடுத்துக்கொண்டு தண்ணீர் நிறைப்பதற்காகச் சென்றாள் ஸீனத். எத்தனை வசதிமிகுந்த மனிதராக இருந்தும், வீட்டுக்கு ஒரு

கிணறு வேண்டும் என்றுகூட வாப்பாவுக்குத் தோணவில்லையே என்று எண்ணினாள். நான்கைந்து வீடு தள்ளிப்போய்த்தான் தண்ணீர் அள்ளிக்கொண்டு வர வேண்டியதிருக்கிறது. உம்மா எப்படித்தான் இந்தச் சிரமத்தை தாங்கிக்கொண்டாரோ என்றெல்லாம் எண்ணியபடியாக தண்ணீர் நிரம்பிய குடத்தைச் சுமந்து வந்துகொண்டிருந்தாள். ஒருநாள் பாவனைக்குத் தேவையான தண்ணீரைச் சேகரிப்பதென்றால் இதுபோன்று பத்துப் பன்னிரெண்டு தடவை சென்றுவர வேண்டும் என்று தோன்றியதும் சுயபச்சாதாப உணர்வு உண்டாகியது. முதன்முறையாகத் தான் இப்படியெல்லாம் யோசிப்பதாகவும் தனக்குப் பொறுப்புணர்வு வந்துவிட்டதா என்றும் பரீட்சித்தாள். இஸ்மாயில் காக்கா அன்பும் பொறுப்புணர்வும் மிக்கவர். சாதுவானவர்தான். ஆனால், மூர்க்கமானவரும். சாதுரிய மாகச் செயலாற்றும் ஆற்றல் இஸ்மாயில் காக்காவுக்கு உண்டு. அவர் நிச்சயமாக வாழ்வை ஒழுங்கமைத்துவிடுவார். உம்மா இல்லையென்றாலும் உம்மாவின் ஆன்மா அவரை ஆசிர்வதிக்கும்.

பழக்கப்பட்டவளைப் போல யோசித்துக் கொண்டு வாசலுக்கு வந்தவளுக்கு அதிர்ச்சி காத்திருந்தது. அபூபக்கர் வாசல் மணலில் கிடந்து அழுதுகொண்டிருந்தான். சகர்வானும் அழுது கொண்டிருந்தாள். முத்தும்மா எங்கே போயிட்டாள்? அவள் குரல் வீட்டுக்குள்ளிருந்து வந்தது. அவள் யாரிடமோ கெஞ்சிக்கொண்டிருந்தாள். தண்ணீர்க் குடத்தை அப்படியே போட்டுவிட்டு அபூபக்கரைத் தூக்கி இடுப்பில் இருத்தினாள்.

"முத்தும்மா . . ." என்று கத்திக்கொண்டே சகர்வானைக் கையில் பிடித்தபடி உள்ளே வந்தாள்.

"மாமா நீங்களா?"

"இது யாரு? நம்மட மூத்த மருவப் புள்ளயா?"

"என்ன மாமா? நடவடிக்கையெல்லாம் ஒரு மாதிரியா கிடக்கே? உங்களுக்கு என்ன வேணும்?"

அவர் பெயர் என்னவென்று ஸீனத்திற்கோ முத்தும்மாவிற்கோ தெரியாது. மாமா என்று அழைத்துத்தான் பழக்கம். அவரை மூக்குறையன் என்றால்தான் மற்றவர்கள் அடையாளம் கண்டு கொள்வார்கள். அவர் நாசியில் சளி அடைத்துக்கொண்டவர் போலப் பேசுவதால் இந்தப் பெயர் சூட்டப்பட்டதாக ஊரில் ஒரு கதையுண்டு.

"உன்ட வாப்பாக்காரன் கடன் தரமாட்டேனுண்டு சொல்லிட்டான்" ஆக்ரோஷமும் ஏமாற்றமும் முகத்தை இறுக்க மாக்கியிருந்தது. பார்வையில் பலியுணர்ச்சி மேலோங்கியிருந்தது.

“மாமா . . . வாப்பாக்கும் உங்களுக்கும் என்ன பிரச்சினைன்டு எங்களுக்குத் தெரியாது. அவர் இப்ப இஞ்ச வாறல்ல. நீங்க எங்களெப் பிரச்சினெப்படுத்துறது சரியில்ல, போங்க இஞ்சருந்து...” ஸீனத் உறுதியான குரலில் கூறினாள். முதன்முறையாக இப்படி உரத்துப் பேசுவதாக உள்ளுணர்வு உணர்த்தியது. தானொன்றும் தவறாகப் பேசிவிடவில்லை என்பதை உறுதி செய்தவளாக அசராது நின்றாள்.

றாத்தாவின் இடுப்பிலிருந்த அபூபக்கரைக் கைமாற்றிப் பெற்றுக்கொண்டாள் முத்தும்மா. ஸீனத்தின் சட்டையைப் பிடித்துக்கொண்டு திகைப்புடன் நின்றிருந்தாள் சகர்வான். அந்த மனிதர் மிகவும் பாதிக்கப்பட்டவர்போலவும் அடங்க மாட்டாதவர் போலவும் திமிறிக்கொண்டிருந்தார். அவர் கூறியவற்றிலிருந்து புரிந்துகொண்டதாவது,

அலிமுகம்மதுவுக்கும் இவருக்குமிடையிலான வியாபாரக் கொடுக்கல்வாங்கலில் திருகலான நிலை. நெல் சாகுபடியான கணக்குகளைச் சரிபார்க்கிறபோது அலிமுகம்மது எழுபத்தைந்து ரூபாய் மூக்குறையருக்குத் தர வேண்டும். அலிமுகம்மதுவோ, உனது வாய்க் கணக்குப் பிழை என்றும், தனது எழுத்துக் கணக்கின்படி பாக்கி எதுவும் கிடையாது என்றும் சொல்லிவிட்டார்.

“அதுக்கு நாங்க என்ன மாமா செய்ய ஏலும். நீங்க வாப்பாவெத்தானே கேக்கணும்...”

“எல்லாம் கேட்டுப்பாத்தாச்சு. அவன் தர மாட்டான். அதான் ஒரு முடிவோட வந்திருக்கேன்.”

“என்ன முடிவு” கலவரமாகிவிட்டிருந்தது ஸீனத்தின் குரல்.

“இந்த ஊட்டைப் பிரிக்கப்போறன்” இளக்காரமாகச் சொல்லிக்கொண்டே கூரை நடுகைக்காலைப் பலம் கொண்டு அசைத்தார்.

“அல்லாஹ்வுக்காக இப்பிடிச் செய்யாதிங்க மாமா. எங்களுக்கு இருக்கிற ஒரே அடைக்கலம் இந்த ஊடுதான். இதெப் பிரிச்சிப்போடாதிங்க.”

சிறுமிகளைப் பலவந்தமாக இழுத்து வெளியே தள்ளிவிட்டு நடுக்காலை உதைத்தார். கல்லா மலையா என்று வியக்கும்படியான தேகத்தோடு நின்ற அவரை எதிர்ப்பதற்கான பலமும் மனமும் இல்லாதவர்களாகச் சிறுமிகள் வாசலுக்கு வந்து அழுதபடி நின்றனர். உறுதியான தனது கைகளால் உலுக்கிக் கூரையைப் பலமற்றதாக்கினார். பூசி மெழுகிய களிமண் சுவர்கள் மெல்ல ஆட்டம் கண்டன. இரு அறைகளும் மண்டபமுமாக இருந்த

களிமண் வீட்டின் கிடுகு வேய்ந்த கூரையை ஏறத்தாழ அவர் கலைத்துவிட்டிருந்தார். வெறிகொண்ட வேட்டைக்காரனைப் போன்றிருந்த அவரது செய்கைக்கான அர்த்தம் சிறுமிகளுக்குச் சுத்தமாகப் புரிந்திருக்கவில்லை. வாப்பாவுடன் தீர்த்துக்கொள்ள வேண்டிய கணக்கிற்குப் பதிலாக வீட்டுக் கூரையை உலுக்கிக் கொண்டிருக்கும் அவர் கோழையா முட்டாளா என்று புரியாதவர்களாக மலங்க மலங்க நின்றுகொண்டிருந்தனர். கிடுகுகள் வேய்வதற்காக நடுகைக்கால்களுக்கும் குறட்டுக்கும் இடையே பரவப்பட்ட காய்ந்து தடித்த கம்புகளைக் கவனமாகப் பிரித்தெடுத்தார். அவற்றை முழுவதுமாகப் பிரித்துக் கச்சிதமாக வாசலில் அடுக்கினர். இத்தனையும் சொற்ப நாழிகையில் அவர் செய்து முடித்தார். கம்புகளும் கால்களும் தேக்கு மரத்தினது என்றும் பெறுமதியானவை என்றும் அறிந்த பிறகே, எழுபத்தைந்து ரூபாய்ப் பணத்திற்காக வீட்டைப் பிரிக்கின்ற அவர் கோழையோ முட்டாளோ இல்லை, சந்தர்ப்ப சதிகாரன் என்பதாகப் புரிந்துகொண்டும் செயலற்று நின்றிருந்தாள் ஸீனத்.

அபூபக்கர் அடங்க மாட்டாமல் அழுதுகொண்டிருந்தான். சகர்வான் தென்னை மரத்து நிழலில் படுத்துக் கிடந்தாள். அவள் தலை முடி முழுவதும் மணல் பாவியிருந்தது. மர்யம் மாமியைப் பார்க்கச்சென்ற முத்தும்மா திரும்பிவந்தாள். அங்கு யாருமேயில்லை என்று ஏமாற்றத்துடன் கூறினாள்.

மூக்குறையன் கம்புகளையும் நடுகால்களையும் தோளில் சுமந்துசென்று ஒழுங்கையில் நிறுத்தி வைத்திருந்த மாட்டு வண்டியில் ஏற்றிக் கொண்டிருந்தான். ஒழுங்கைக்கு வந்து விசாரித்த அக்கம்பக்கத்தவர்களுக்கு, அலிமுகம்மது அநியாயம் செய்து விட்டான் என்றும், தனக்கு ஏற்பட்ட நஷ்டத்தைப் போக்க இதைத் தவிர வேறு வழியில்லை என்றும் விளக்கமளித்தான். 'பணிக்கர் தத்தி' என்று பீத்தும் அலிமுகம்மதுவின் மக்களுக்கு இந்த நிலை வேண்டும்தான் என்பதுபோலவே அவர்கள் வேடிக்கைபார்த்து நின்றனர். காலையில் துவங்கிய வீடு பிரிக்கும் கலவரம் முற்று முழுதாக முடிந்து மூக்குறையன் இடத்தை காலி செய்யும்போது நண்பகலாகிவிட்டிருந்தது. வீட்டுச்சாமான்களும் துணிமணிகள், பாத்திரங்களும் குப்பையில் கிடப்பதுபோலத் தெரிந்தன. செய்வதறியாது ஸீனத்தும் முத்தும்மாவும் சீரழிந்த வீட்டைத் துப்புரவாக்கி ஒழுங்குபடுத்த முடிவு செய்தனர். வீடு முழுவதும் பரவிக் கிடந்த காய்ந்த ஓலைக் கிடுகுகளை அள்ளி வாசலின் ஒரு மூலையில் குவித்தனர். தென்னை மரத்தின் கீழாகப் படுத்து உறங்கிய சகர்வானும் எழுந்துவிட்டிருந்தாள். வேடிக்கையாகத் தனது சின்னக் கால்களால் ஓடியோடி ஓலைகளைப் பொறுக்கினாள்.

மர்யம் மாமியிடம் குருனல் அரிசி வாங்கிக் கஞ்சி வைக்கும்படி இஸ்மாயில் காக்கா சொல்லிச் சென்றது நினைவு வந்த போதும், மாமி வீட்டில் இல்லை என்பதால் செய்வதறியாதிருந்தாள் ஸீனத். பசியில் விடாப்பிடியாக அழுதுகொண்டிருக்கின்ற அபூபக்கர் அவ்வப்போது களைத்துத் தூங்குவதும் எழுவதுமாகவே இருந்தான். திடீரென்று அவளுக்கு ஒரு யோசனை உதித்தது, அதன்படி செயலாற்றி, தண்ணீரில் சிறிது வெல்லத்தைக் கலந்தாள். அபூபக்கரை மடியில் கிடத்திக் கொண்டு கரண்டி கொண்டு பருகச்செய்தாள். பசியில் வரண்டு கிடந்த குழந்தையின் நாவில் இனிப்புப் பானம் பரவியதும் உச்சுக்கொட்டிக்கொண்டு கால்களை அடித்துப் பரபரப்பானது. இமைக்காது பார்த்துக் கொண்டிருந்த சகர்வானுக்கும் சில கரண்டிகள் பருகத் தந்தாள்.

இருட்டிக்கொண்டு வந்தது. இஸ்மாயில் வீட்டுக்குத் திரும்பவில்லை. அவன் சொன்னதுபோல இரவு வீட்டுக்கு வராமலும் இருந்துவிடலாம் என்பதாக ஊகித்தாள் ஸீனத். மர்யம் மாமி வந்துவிட்டாளா என்று முத்தும்மா நாலைந்து தடவை சென்று பார்த்துவிட்டு ஏமாற்றத்துடன் திரும்பவந்தாள்.

இருள் கவியத் தொடங்கியபோது சிறுமிகளது இதயங்கள் அதிக படபடப்புடன் இயங்கத் தொடங்கின. இரவு கடும்குளிரில் இருந்தது. ஆழ்ந்த நிசப்தம்.

"றாத்தா பயமாக் கிடக்கு. வாப்பாட்டப் போயிடுவெமெ?"

பீதியில் முத்தும்மா ஸீனத்திடம் ஆலோசனை சொன்னாள். அந்தப் பொறுப்பற்ற மனிதரின் வீட்டு வாசலில் சென்று நிற்பதை அருவருப்பாக உணர்ந்தாள் ஸீனத். சுயகௌரவம் நிரம்பியவனான இஸ்மாயில் காக்கா இப்படியொரு முடிவை விரும்பவும் மாட்டானென்று உறுதிபட மறுத்தாள். சிந்திப்பதை முழுவதுவமாக நிறுத்திவிட்டு விதவிதமான தெளிவற்ற சத்தங்களைச் செவிமடுக்கத் துவங்கினர் சகோதரியர் இருவரும். தூரத்தில் நாய்கள் குரைப்பதும், பரிதாபமாகவும் துயரத்தோடும் ஊளையிடுவதும் கேட்டு அடங்கியது. முற்றத்து மணலில் சகர்வான் கால்களைச் சுருட்டிக்கொண்டு தலைக்குக் கீழே கைகளை மடித்துப் படுத்திருந்தாள். ஒருபோதுமில்லாதபடியாக அவளது உடை அழுக்கேறியிருந்தது. அகன்ற இதழ்கள் கொண்ட மஞ்சள் பூக்கள் பதித்த பச்சை நிறத்திலான உம்மாவின் சீத்தைப் பாவாடையில் அபூபக்கர் மல்லாக்கப் படுத்துக் கிடந்தான். வீட்டு வளவைச் சுற்றியிருந்த ஓலை வேலி வழியாக யாரோ உற்றுப்பார்ப்பது போல, மெதுவாக அண்மித்துவரும் காலடிச் சத்தங்கள் போல பிரம்மைகள் எல்லையற்ற பய உணர்ச்சியை உண்டுபண்ணிக்கொண்டிருக்க உம்மாவின் நினைவு

அலைக்கழித்தது. ஏதாவதொரு அதிசயம் நிகழ்ந்து உம்மா வந்துவிடக் கூடாதாவென்று அவர்கள் ஏங்கத் தொடங்கினர். பொழிந்துகொண்டிருந்த நிலவும் தெளிந்த மேகங்களுமே அந்தக் கொடும் இரவில் அவர்களுக்குத் துணையிருந்தது. வேகமாக நொறுங்கி விழுந்த வாழ்வை இயல்புக்கு மாறான இயல்பாகவே அவர்கள் ஏற்றுக்கொண்டிருந்தார்கள்.

அதிகாலை சுபஹ¤த் தொழுகைக்கு பாங்கொலி கேட்டுக் கொண்டிருக்கும்போது ஒரே நேரத்தில் சில வீடுகளிலிருந்து கிணற்றில் தண்ணீர் அள்ளும் ஓசைகளும் எழும்பின. சிட்டுக் குருவியின் பளபளக்கும் குட்டிச் சிறகைப் போல ஆரவாரமின்றி பொழுது புலரத் தொடங்கியது. டக்கு டக்கு என்று வேகமாக நடக்கும் மிதியடிச் சத்தம் அண்மித்துக் கேட்டது. வாசலுக்கு வந்த இஸ்மாயில் அதிர்ச்சியில் உறைந்துபோய் நின்றான். தூக்க மயக்கத்திலும் அயர்ச்சியிலும் வேறோர் இடத்திற்கு வந்துவிட்டதாக சந்தேகித்தவனுக்கு ஸீனத்தையும் முத்தும்மாவையும் கண்டதும் கண்ணீர் கரை தட்டியது. அடக்கிக்கொண்டே ஸீனத்தும், முத்தும்மாவும் விபரித்ததைக் கேட்டபடியிருந்தான். தங்கைகளின் குட்டித் தம்பியின் நிலை அவனைப் பலத்த சங்கடத்துக்குள்ளாக்க அவர்களை இழுத்து அணைத்துக் கொண்டு தேம்பித்தேம்பி அழ வேண்டும்போல் ஏற்பட்ட உந்துதலைத் தள்ளிப்போட்டான். வாசலின் ஒரு மூலையில் படுத்திருக்கும் தம்பியையும் தங்கையையும் கண்டதும் அவனது இருதயமே வெடித்துவிடும்போல உணர்ந்தான்.

வாழ்வின் புதிரைக் கேள்வியொன்றால் கடக்க முயன்று சலிப்புற்றான். இது நிலையானதில்லை என்று நம்ப விரும்பினான். நேரத்தை வீணடிக்க விரும்பாதவனாக விரைவாகக் கருமமாற்றினான். வீட்டிலிருந்த பழைய அரிவாளைக் கலைந்து அலங்கோலமாகக் கிடந்த பொருள்களுக்குள் தேடி எடுத்து கல்லில் உராய்ஞ்சிக் கூர் தீட்டினான். பொழுது மெல்லப் புலர்ந்துகொண்டிருக்க வேலியோர பூவரச மரத்தில் ஏறிக் கிளைகளை வெட்டிச் சரித்தான். புகையிலை வாடியில் வேலை செய்ததற்கான முழுநாள் கூலி கிடைக்கவில்லை என்று கட்டைக் காற்சட்டைப் பாக்கற்றிலிருந்த மூன்று சதங்களை ஸீனத்திடம் தந்தான். முத்தும்மாவைக் கடைக்கு அனுப்பிவிட்டு அடுப்பை மூட்டித் தண்ணீர் நிரம்பிய பானையை ஏற்றினாள் ஸீனத்.

சூரியன் உச்சிக்கு வருவதற்குள்ளாகப் பழைய வீட்டைப் புதிய கூரையால் செப்பனிட்டு முடித்திருந்தான். வீட்டின் புதிய கூரை அவர்களுக்குப் புதிய நம்பிக்கைகளைத் துளிர்க்கச்செய்வதாக இருந்தது.

ஆறு

செப்புக் கலன்களுக்கு மேலாக தீ கொளுந்து விட்டு எரிந்துகொண்டிருந்தது. ஒன்றையொன்று முந்திக்கொள்ள தீச்சுவாலையின் பசியெடுத்த கரங்கள் ஓங்கிச் சுடர்ந்ததில் தங்கப்பொறிகள் மின்மினிகளாகப் பறந்தன.

"மய்யர்க்கிழங்கு இல்லம்மா..." சாஜஹான் ஏமாற்றத்துடன் சோர்வாக வந்து நின்றாள். ஊரிலுள்ள அத்தனை பயிர்ச்சேனை, தோட்டமெல்லாம் ஒன்று விடாமல் தேடிவிட்டுத்தான் வந்திருப்பாள் என்று களைத்த அவள் முகமும் பறந்து கிடந்த வறண்ட தலைமுடியும் பூடகமாகக் கூறின.

இன்றைக்கும் பப்பாளிக் காய் அவியலேதான் சாப்பாடு என்ற எண்ணத்தோடு பிள்ளைகளின் முகங்களை ஏறிட முடியாமல் எழுந்தாள் சகர்வான். காய்ந்த தென்னம் பாளைகளைத் தீயின் வாயில் தள்ளிக் கொடுக்க அது 'ஹோ'வென எரிந்தது.

முற்றிய பச்சைப் பப்பாளிக் காய்களின் தோல் சீவித் தண்ணீர் விட்டு சிறிது உப்பு சேர்த்து மசிய அவித்து மூன்று வேளையும், பல வாரங்களாகத் தின்றுகொண்டிருந்தார்கள். நேற்று சின்ன மகளுக்கு வாந்தியெடுத்துவிட்டது. பப்பாளிக் காய்கள் கொதித்து அவிந்துகொண்டிருக்கும்போது கிளர்ந்துவரும் பசை போன்ற வாடை அடிவயிற்றைப் பிசைவதாகச் சொல்லிக்கொண்டேயிருந்தாள். பசி வயிற்றைப் பிராண்டத் துவங்கியதும் அவியலை

அள்ளிக் கொதுப்பிக் கண்களை மூடி விழுங்கி முடித்தாள். அவ்வளவுதான் 'கபக்' என்று எல்லாமும் வெளியே வந்துவிட்டது.

"புள்ளையளுக்கு என்னத்தெ தின்னக் குடுத்த, சகர்வான்" ஸீனத் றாத்தாவின் குரல் கேட்டதும் இயல்பற்ற புன்னகையுடன் "இந்தா இப்பதான் கஞ்சி வெச்சிருக்கன் றாத்தா. இன்னும் கொஞ்சத்தில குடிச்சிடுவம்" என்றாள்.

"உம்மா ஸீனத்துப் பெரியம்மாட ஊட்டில சோறு ஆக்கி யிருப்பாங்க. நெக்கிக் கொஞ்சம் சோறு வாங்கித் தாங்களென்." பெரியம்மா சென்று மறையும்வரைக் காத்திருந்துவிட்டு கெஞ்சினாள் உம்மு ஜெஸீமா.

"கஞ்சி வெச்சிருக்கன்" என்று வெறும் பானையைக் காண்பிக்கின்ற சகர்வானைப் பார்த்து அதையே பிள்ளைகளும் சொல்வதற்குக் பழக்கப்பட்டுப்போனார்கள். யார் கேட்டாலும் அடுப்பில் எப்போதும் உட்கார்ந்திருக்கும் பானையும் பதிலும் தயாராக இருந்தன.

பப்பாளிக் காய் உண்டதால், பிள்ளைகளுக்கு வாந்தி வந்த பின்னும் அவள் மனம் இளகவில்லை. தாயின் முகத்தைக்கூட அறிந்திராத தன்னைத் தாய்க்குத் தாயாக இருந்து தூக்கி வளர்த்த ஸீனத் றாத்தாவுக்கு சுமையாய் இருப்பதில்லை என்பதில் சகர்வான் தெளிவான தீர்மானத்தோடு இருந்தாள். ஸீனத்தும் ஐந்து மக்களைப் பெற்றவள். புருஷன் நல்ல உழைப்பாளி என்ற அதிர்ஷ்டம் அவளையும் அவள் மக்களையும் பசியும் கவலையும் தீண்டாமல் பார்த்துக் கொள்ளும்படியிருந்தது. அவனது கடுகடுப்பான முகம் சகர்வானை எப்போதும் ஒதுங்கியிருக்கச் செய்ததுடன், எந்நேரமும் அறிவுரைகளோடு வந்திறங்கும் அவனிடம் தனது பிள்ளைகள் நெருங்கத் தேவையில்லை என்றும் தீர்மானமாக இருந்துவந்தாள். பட்டினிச் சாவைக்கூட விரும்பி ஏற்பதில் தவறில்லை என்று வெளிப்படையாகவே மக்களுக்குச் சொன்னாள். இந்தப் போதனை இரக்கமற்றது என்று உணர்ந்தபோதும் அதுவே தன்மானத்திற்குச் சரியானது என்பதில் உறுதியாக இருந்தாள். "என்னுடைய பிள்ளைகள் துரதிருஷ்டம் பிடித்தவர்கள். நப்ஸை அடக்கத் தெரியாதவர்கள். தகப்பன் இல்லாமலேயே வளர்வதால் கீழ்ப்படிந்து நடப்பதோ பார்வைக் குறிப்பை உணர்ந்து நடப்பதோ அறியாதவர்கள். வாய் பார்த்து நிற்கிறவர்கள்" என்று யாரும் சொல்லுவதைக் கேட்கும்படி செய்துவிட வேண்டாம் என்பாள்.

"இன்டைக்கு மட்டும்தான், ந்தா அவிஞ்சிக்கிட்டு இருக்கிற நெல்லைக் காயப்போட்டு குத்தி வித்திட்டம் என்டால் கஸ்ட்டம்

தொலைஞ்சிடும். நாளையிலேர்ந்து புழுங்கலரிசிச் சோறுதான்" என்று சின்னவளைத் தேற்றினாள்.

நெல் அவித்து வெயிலில் உலரப்போட்டு, உரலில் குத்தி அரிசியாக்கி விற்றுப் பணம் பண்ணுவது ஒரு நாள் ஒரு பொழுதில் முடியும் காரியமில்லை என்று தெரியாதவளைப் போல வாக்குறுதியளித்துவிட்டு ஸ்ரீமாவோ பண்டார நாயக்கவை உள்மனத்தால் சபித்துக்கொண்டே கிணற்றடியில் நின்ற பப்பாளி மரத்தின் பக்கமாகச் சென்றாள். எல்லாம் ஆப்தீன் பாவா சொல்கிற செய்திகள். அவர்தான் அவளுக்கு மட்டுல்ல அந்தப் பகுதியில் உள்ள எல்லோருக்கும் நாட்டு நடப்புகளைச் சொல்கிறவர். பத்திரிகைச் செய்தி படிக்கிற வழக்கமும், வானொலியில் விடாது செய்திகள் கேட்கிற பழக்கமும் சகர்வானுக்குத் தெரிந்து அவர் ஒருவருக்குத்தான் இருந்தது.

அவர்தான் சொன்னார், நாட்டின் பிரதமர் சுயபொருளாதாரத் தன்னிறைவுக் கொள்கையொன்றை அறிமுகப்படுத்தியிருக்கிறார் ஏன்று. அந்தப் பிரதமர் ஒரு பெண் என்றும், இரண்டாவது முறையும் அவர் பிரதமராகத் தெரிவாகி யிருப்பதாகவும், உலகிலேயே அவர்தான் முதலாவது பெண் பிரதமர் என்றும் ஆப்தீன் பாவா சொன்னபோது அங்கிருந்த பெண்கள் எல்லாம் வாய் பிளந்தார்கள். "பாரு ஒரு பொம்பிளைக்குப் போன காலத்தெ" என்பது மட்டும்தான் அவர்கள் எல்லோரதும் ஏகோபித்த பதில். சகர்வானுக்கு ஆச்சரியம்தான். நாட்டு மக்களை இப்படி பசியிலும், பட்டினியிலும் வாடச்செய்திருக்கும் பிரதமர் ஒரு பெண்ணாக இருக்கிறாரே என்பது. இந்தப் பெண் பிரதமர் சீனி இறக்குமதியைத் தடுத்திட்டார், கோதுமை இனி இறக்குமதி ஆகாதாம், மரவள்ளிக் கிழங்கு அவியலும் தேங்காய்த் துவையலும் உண்பதே ஒரே தீர்வு! அரிசி, தானியங்களுக்கும் தட்டுப்பாடுதானே என்றெல்லாம் ஆப்தீன் பாவாதான் நாளுக்கொரு சேதிகள் சொன்னார். காலனித்துவக் கொள்கைகளிலிருந்து அபிவிருத்தியின் நேர்கோட்டில் நாட்டை நடத்திச்செல்வதற்கு இதுதான் சரியான தீர்வென்று அங்கிருந்தவர்களுக்கு அரசியல் வகுப்பு எடுப்பதற்கு அவர் எடுத்துக் கொண்ட பிரயத்தனங்கள் ஒன்றும் கைகூடவில்லை. சகர்வானுக்கு இவையொன்றிலும் நம்பிக்கை யில்லை. ஈடுபாடு உண்டாகவுமில்லை. நான்கு பெண் மக்களைப் பெற்றுவிட்ட முப்பத்தி இரண்டு வயது இளம் தாயின் கனவு களோடு ஒத்து நிற்காத இந்த நடவடிக்கைகளை அடியோடு வெறுத்தாள். தினசரிச் செய்திகளால் பெற்ற மக்களின் வயிறு நிரம்பிவிடாதென்று மாலைப் பொழுது ஒன்றுகூடல்களைத் தவிர்த்துவந்தாள். ஒழுங்கையில் ஐந்தாறு பெண்களும் ஆண்களும்

சேர்ந்து நாட்டின் அரசியலோடு ஊரிலும் அக்கம்பக்கத்திலும் நடக்கும் வம்புச் சமாச்சாரங்களைப் பந்தியில் எடுத்துப்போட்டு அலசிக்கொண்டிருக்கின்ற வழக்கத்திற்கு தன்னைப் பழக்கப்படுத்த வேண்டியதில்லை என்று உறுதிபட நம்பினாள்.

"என்ன சகர்வான், சக்கரியா வந்திட்டானா?" என்று கேட்பவர்களை வெறும் உதட்டோரப் புன்னகையால் கடந்தாள். எவரது கவனத்திற்கும் அகப்படாத காலத்தின் கரங்களில் இருக்கும் பதில்களைத் தேடுவது நிகழ்கால வாழ்வைச் சோர்விழக்கச்செய்யும் செயல். நம்பிக்கைகளை உடைத்தெறியும் கேள்விகளிலிருந்து தன்னைக் காப்பாற்றிக்கொள்வதற்காக அன்றாடம் போராடினாள். புன்னைக்குடா நாவலடிக் கடைக்கு நெல் வாங்கச் செல்கின்றபோது தன்மீது விழுகின்ற பிற ஆண்களின் பார்வைக்கான அர்த்தங்களை அவள் அறிவாள். அந்த மனிதர் களைக் கடந்தோடி வருவதும், அவர்களது பார்வைகளை வெட்டி வீசுவதும் காலப்போக்கில் எளிதாகிப்போனது அவளுக்கு.

"சகர்வான் கையால் குத்தின குத்தல் அரிசி, இதுக்கு மேலே என்ன சொல்லரிக்கு"

பால் வற்ற முற்றிய அரிசியைக் கலன்களில் அவித்து, சற்று அசந்தாலும் போதும் ஆளையே வீழ்த்திவிடக் கூடிய பாரம் கூடிய கொல்கலன்களிலிருந்து அள்ளி எடுத்துத் தடையின்றித் தரையைத் தொடும் சூரியக் கதிர்களுக்குக் கீழாக விரிக்கப்பட்ட சாக்குகளில் பரவி உலரவிடுகின்ற போது வலிக்கின்ற இடுப்பும் முதுகும், அவித்த நெல் மணிகளோடு வெயிலில் காய்ந்து இறுகிப்போயிருக்கும் உடல் தோலும், உரலில் நெல் குத்தும்போது உலக்கையை மாற்றி மாற்றிப் பிடித்துக் கன்றிப்போன கரங்களும் அரிசியின் தரத்தை உயர்த்தித் தனிச் சுவை கூட்டுமென்று மக்கள் நம்பினால், இந்த விளம்பரம் அரிசியைக் கூடுதல் விற்பனை செய்யட்டுமே என்பதாக நினைத்துக்கொண்டாள்.

ஓர் இறாத்தல் பாணுக்கும் ஒரு போத்தல் மண்ணெண் ணெய்க்கும் வரிசையில் நிற்பதற்காக அதிகாலையிலேயே இடம்பிடிப்பதற்கு மக்கள் ஓடுகின்ற கோரமான காலமொன்றில் ஒரு நாளைக் கழிக்க அல்லும் பகலும் அலைக்கழிய வேண்டிய திருந்தது. ஒவ்வொரு விடியலும் ஒரு போர்க்களமாகவே விடிந்து மறைந்தன. கூர்மையாகக் குத்திக் கிழிக்கும் துயரம் நிரம்பிய இந்த வாழ்வைத் தந்துவிட்டு விலகியோடிய சக்கரியாவைப் பற்றிய நினைவுகளிலிருந்து முடிந்தமட்டும் தன்னை மீட்டுக் கொண்டிருந்தாள். பிள்ளைகள்கூட அவரைப் பற்றிய விசாரணைகளின்றி இருப்பது மிகுந்த ஆறுதலாய் இருந்தது.

யானைகளின் பிரதான வேலையே உணவு தேடுவதுதான் என்று உமர்லெப்பை பணிக்கர் மூத்தப்பா சொன்னார் என்று காக்கா சொல்லியது நினைவுக்கு வந்தபோது, தனக்குத்தானே சிரித்துக் கொண்டாள்.

குத்தரிசி வியாபாரத்தில் சுமாரான லாபம் பார்க்க முடிந்தது. பிள்ளைகளுக்கு ஒருவேளை மூக்கு முட்டச் சோறு சமைத்துப்போடவும் முடியும் என்கின்ற ஆறுதல் வந்துவிட்ட பிறகு வெளியூரிலிருந்து தானே நெல் கொண்டு வந்து குத்தி விற்பதென்று முடிவு செய்தாள் சகர்வான். நெல் விற்பனை யாளர்கள் உள்ளூர் விவசாயிகளையும் தன்னைப் போன்ற கடின உழைப்பாளிகளையும் சுரண்டுகிறார்கள் என்று அவளுக்குத் தெரிந்த கூட்டல் கழித்தல் கணக்கில் உணர்ந்தாள்.

வெளியூரிலிருந்து அரிசி கொண்டுவருவதற்கு அரசாங்க அனுமதி எடுக்க வேண்டும். தம்பி அபூபக்கரிடம் எத்தனையோ முறை எடுத்துச்சொல்லியும் அவன் கண்டுகொள்ளவேயில்லை. அவனோ அல்லும் பகலும் ஓடிச் சொத்துகள் சேர்ப்பதில் மும்முரமாயிருந்தான். அவனது போக்கு சகோதரிகளுக்கு, குறிப்பாக சகர்வானுக்கு மகிழ்ச்சியளிக்கும்படியாக இல்லை. திடீரென வந்து குவியும் பணம், அர்த்த ராத்திரியில் குடை பிடிக்கும் வாழ்வு முறை கண்டு தம்பியோடு ஒட்ட முடியாதிருந்தாள். குற்றம் சொல்லவோ அவனை விலக்கிவைக்கவோ இல்லை அவள். இயல்பு குலையாத இடைவெளியைப் பேணிவந்தாள். ஸீனத் றாத்தாவும் முத்தும்மா றாத்தாவும் கண்ணுக்கெட்டியவரையில் வாழ்ந்தபோதும் அவர்களிடம் முறைப்பாடுகளை எடுத்துச்செல்லவும் இல்லாமைமையப் பேசவும் உள் மனம் தடுத்துக்கொண்டிருந்தது. இஸ்மாயில் காக்காதான் எதுவும் செய்யக் கூடியவன். அவனும் கல்யாணமாகி சுங்காவில் போனதோட சரி. “கொஞ்சநஞ்சக் கஷ்டப்பட்டவரா காக்கா, அவருட ரத்த மெல்லாம் உருகி வியர்வை வடிய உழைச்சலவா எங்களெ வளர்த்தாரு” சகர்வான், ஸீனத், முத்தும்மா மூவரும் சேர்ந்து கதையாடுகின்ற போதெல்லாம் கண்கள் துளிர்க்க நினைந்து கொள்வார்கள். சுயநோக்கு பற்றிச் சிந்திக்கக்கூடத் தெரியாத அத்தனை இளைய வயதிலிருந்து குடும்பத்திற்காக உழைத்த இஸ்மாயில் காக்காவை நன்றி விசுவாசத்தோடு எக்கணமும் மனதில் தாங்கினார்கள். எப்போதாவது ஊருக்கு வந்தால் இருக்கின்ற வேலைகளையெல்லாம் இழுத்துப் போட்டுச் செய்கிறவனாகத்தான் இப்போதும் இஸ்மாயில் இருந்தான்.

வெளியூர்களிலிருந்து நெல் கொண்டுவருவதற்கான ‘பேர்மிட்’ என்று சொல்லப்படுகின்ற அரச முத்திரை குத்தப்பட்ட

அட்டையை ஒருவழியாக சகர்வான் பெற்றுக் கொண்டாள். மர்யம் மாமிட மகன் விதானையாக இருந்ததால் அவளுக்கு நடந்த நன்மைகளில் ஒன்றாக பெர்மிட் பலத்த சிரமங்களில்லாமலே கைகளுக்கு வந்துவிட்டிருந்தது. ஒருவர் ஐந்து மரக்கால் நெல் மட்டுமே வெளியூரிலிருந்து எடுத்துக்கொண்டு வரலாம். அதிகமாக எடுத்துக்கொண்டு வருகிறவர்களின் நெல் பறிமுதல் செய்யப்பட்டது. கயறுநிஸாவையும் உடன் அழைத்துக்கொண்டு சித்தாண்டி, கொம்மாந்துறை வயல் கிராமங்களுக்குப் போனாள் சகர்வான். எவ்வளவு எடுத்துச்சொல்லியும் பள்ளிக்குப் போக மாட்டேன் என்று பிடிவாதமாகவே இருந்துகொண்டிருந்தாள் கயறுநிஸா.

புத்தகத்தைக் கையில் எடுப்பதற்கே அழுகையும் பிரளியும் செய்யும் மகளை ஒருநாள் வேலிக் கிளிசரியா மரக் கம்பு நூலாகி வெடித்துச் சிதற அடித்தாள் சகர்வான். அத்தனை அடியையும் வாங்கிக்கொண்டு மூக்கு வடிய அழுதபடி அவள் சொன்னது இதுதான்.

“உம்மா எனக்கிப் படிப்பு சுத்தமா ஏறல்ல, விருப்பமும் வரல்ல. ஒங்களோடயெ இருக்கன் உடுங்களென்”

“மழைக்குகூடப் பள்ளிக்கூடப் பக்கம் ஒதுங்கக் கிடைக்காத நம்மட விதி புள்ளையேளுக்கும் வாணாதின்டு படிக்கவெச்சா இவ்வளவு புடிவாதமா ஏலாங்கிறாளெ” என்று சகவர்கானுக்குக் கவலை. ஆனாலும், கயறுநிஸாவின் பிடிதான் வென்றது.

மூத்த மகள் பருவமடைந்தவள். அவளுக்குப் படிப்பில் ஈடுபாடு இருந்தும், பருவமடைந்த மகளைப் பள்ளிக்கு அனுப்புவது ஊர் வழக்கம் இல்லாதபடியால் அவளை இடைநிறுத்தினாள் சகர்வான். ஊர் வழக்கத்தை மீறிப் பள்ளிக்கு அனுப்புவதற்குச் சாதகமான வசதிகளும் இருக்கவில்லை. சின்னவள் உம்மு ஜெஸீமாவைக் கவனித்துக்கொள்வதற்கு ஆளில்லை என்பதும் ஒரு காரணம். வீட்டிலேயே தங்கவைக்கப்பட்ட நூர்ஜஹான் சமைப்பது வாசல், வளவைக் கூட்டிப் பெருக்கித் துப்புரவாக்குவது தங்கைகளைக் கவனித்துக்கொள்வது போன்ற பணிகளைச் செய்துகொண்டிருந்தாள். சாஜஹான் மட்டும்தான் பள்ளிக்கூடத்திற்கு சென்றாள். உம்மு ஜெஸீமாவை அடுத்த வருடம் பள்ளியில் சேர்த்து விடுவார்கள்.

தாய்க்குச் சரிசமமாக நின்று உழைத்தாள் கயறுநிஸா. சாக்குகளில் எட்டு படிகள் – ஒரு மரக்கால் அளவு அடைக்கப் பட்ட நெல் மூட்டையைத் தலையில் சுமந்து கொண்டு வீடுவந்து சேரும்போது சில நாட்களில் இருட்டிவிடும். மைல்

கணக்காகக் கால்நடையில் சென்றுவந்த களைப்பும், நெல் மூட்டைகளைத் தலையில் சுமந்ததால் உண்டான தலை விறைப்பும் தீர்வதற்குள்ளாகவே நெல் அவிக்கும் கலன்களில் தண்ணீர் நிரப்பத் துவங்கிவிடுவர் தாயும் மகளும்.

மூத்தவளுக்கு வரன்கள் வருவதற்குத் தொடங்கிவிட்டிருந்த பிறகு சகர்வானால் கண் மூடி உறங்கத்தானும் முடியவில்லை. கிடுகு வீட்டைக் களிமண் வீடாக உயர்த்திக் கட்டினாலும் இன்னும் செம்மைப்படுத்திப் பூசி மெழுகி மகளுக்குத் தந்துவிட வேண்டும் என்று ஆசைப்பட்டாள்.

"பொன், பொருளென்டு வாரித் தர ஒன்டுமில்லெ, களி மண் ஊடு மட்டும் இரிக்கு" என்று வரன் கொண்டு வந்த முஹைதீனுக்குச் சொன்னாள்.

"சகர்வான் வளர்த்த புள்ளயொல விடவும் என்னள சீர். நீ படுற கஸ்டம் கொஞ்சமா நஞ்சமா, இந்த ஊரில யாருக்குல தெரியா ஒன்ன. மௌனத்தாலேயே எல்லா கழிசடையிட வாய்க்கும் மூடிபோட்ட பொம்புள நீ. ஒன்ட புள்ளயொலப் பொஞ்சாதியா எடுக்க எந்த ஆம்பிளை என்டாலும் புண்ணியம் செஞ்சிருக்கனும்"

மகளின் கல்யாணத்திற்கு முன்பாகவே ஸ்ரீமாவோ பண்டாரநாயக்க பிரதமர் பதவியிலிருந்து இறங்கினால் நல்லதென்று தனக்குள்ளே பிரார்த்திக்கொண்டதை மற்றவர் களிடமும் வெளிப்படுத்தினாள் சகர்வான்.

"சீனியைக் காணுறதே அபூர்வமாக் கிடக்கு. மாவுக்குத் தட்டுப்பாடு. உடு துணிக்குத் தட்டுப்பாடு, இதெல்லாம் போலின்ல நின்டு வாங்கிற எப்ப கல்யாணத்துக்கு தொதல், மஸ்கட் பணியாரங்கள் செய்ற எப்ப"

சில பெண்கள் இதைச் சிறந்த நகைச்சுவையாக எடுத்துக் கொண்டு ஆளாளுக்குப் பல கதைகள் உருவகித்துச் சிரித்துக் கொண்டார்கள்.

"தொதல் மஸ்கட் போனா போவுது சகர்வான். பொண்ணுக்கு என்னெத்த உடுப்பாட்டுறன்டு நினெச்சிப் பார்த்தியா. லாமண்ணெய்ச் சீத்தை கச்சைதான் கட்டணும்"

"லாமண்ணெய்ச் சீத்தைக் கச்சையில பொண்ணும் மாப்பிளயும் மூக்கப் பொத்திக்கிட்டுப் படுக்க வேண்டியதுதான். பொறுக்கிற நாத்தமா அது?"

ஜெய்நூர், இப்படிச் சொன்னதும் ஜன்னத்து பீவிக்குச் சிரிப்பை அடக்க முடியவில்லை. அவளின் அடங்கமாட்டாத

உரத்த சிரிப்போடு கலந்து எல்லாப் பெண்களும் சிரித்துக் கொண்டார்கள்.

ஜன்னத்து பீவி கூறிய சுவாரசியமான செய்தியொன்றால் அவ்விடமே களைகட்டியது.

"காலி மாவட்டத்தச் சேர்ந்த எம்பி ஒராள் லாமணிணெய்ச் சீத்தையில கச்சை கட்டிக்கிட்டு பென்ஸ் காரில பாராளு மன்றத்துக்கு வந்தாராம், தெரியுமா?"

"ரெண்டு ரூவா ஐம்பது சத ஒரு முழம் லாமணிணெய்ச் சீத்தையைக் கட்டுறளவு எம்பிக்கு என்னடி கேடு" அங்கிருந்த பெண்கள் எல்லோரும் வாயைப் பிளந்தனர். ஆப்தீன் பாவாவின் பொஞ்சாதியான ஜன்னத்து பீவி கணவனின் அரசியல் செய்திகள் மீதான தாக்கத்தில் கிடைத்த வாய்ப்பைத் தவறவிட்டுவிடக் கூடாதென்று எண்ணிவிட்டவளைப் போல வகுப்பெடுக்கத் தொடங்கியிருந்தாள்.

உரையாடலை ரசிப்பதற்குப் பொறுமையும் மனமும் இல்லாமல் அங்கிருந்து அகன்றாள் சகர்வான். அவள் யோசனை யெல்லாம் நூர்ஜஹானின் கல்யாணத்தைச் சுற்றியே இருந்தன.

மகளுக்கு வரன் தேடி அலையவில்லை என்றாலும், எப்படியோ பல வரன்கள் வந்தபடியே இருந்தன.

கைகுத்தல் அரிசி வாங்குவதற்கு வருகின்ற போகின்றவர் களெல்லாம் நூர்ஜஹானுக்கு வருகின்ற வரன்கள் பற்றித்தான் விசாரித்தார்கள்.

"அதேன் சகர்வான், சலாகுதீன் மாஸ்டர்ர மகனெ வாணான்டு சொல்லிட்டியாமே. அவர்ர மகனும் மாஸ்டர்தானாம். தெரியாமலா வாணான்ட"

"தெரிஞ்சுதான் வாணான்டுட்டன் றாத்தா. நம்மட தகுதிக்கு மீறின சம்பந்தமெல்லாம் எந்நேரம் கழுத்தக் கடிக்குமுன்டு யாருக்குத் தெரியும்"

"அதுவுஞ் செரிதான். எதுக்கும் ஒன்டுக்கு பத்து யோசிச்சி செய் சகர்வான். ஒத்த மனுஷியா நின்டு நிமிர்ந்துக்கிட்டு வாறாய். கூனோ குருடோ நல்லவன்ட கையில புடிச்சிக் குடுத்துடு. ஒன்ட புருஷன்காரன் ஒனக்கு செஞ்ச அநியாயம் அதுவொளுக்கும் வந்திடப்போடா" என்றபடி தலையில் பெட்டியைச் சுமந்துகொண்டு செல்லும் சைனம்புவையே வெறித்துக் கொண்டிருந்தாள் சகர்வான்.

மகளுக்குக் கல்யாண வயதுவரைக்கும் காலம் ஓடியிருப்பது முன்னொருபோதும் இல்லாத விதமாக உணர்த்தி வேதனை செய்வதாக இருந்தது. பதில்கூடச் சொல்லாமல் இத்தனை காலம்வரைக்கும் எங்கென்று ஒரு சேதியும் தெரியப்படுத்தாமல் திரும்பியும் பாராது சென்றுவிட்ட சக்கரியாவை நினைந்துகொண்டாள். ஒருவனால் இப்படியும் இடும்புத்தனமாக வாழ முடியுமா என்பதே நம்ப முடியாத ஒன்றாகத் தோன்றியது. சக்கரியா இந்த மண்ணுலகிலிருந்து நீங்கிப் போயிருப்பானோ என்றுகூட எண்ணினாள். தான் கடந்துவந்த பாதையைத் திரும்பிப்பார்ப்பது உரலுக்குள் கொட்டப்பட்ட அரிசியின் நிலைபோலத் தெரிந்தது அவளுக்கு. உலக்கையின் பலத்த அடி விழும்போது தோல் நீங்கி மினுங்கும் அரிசியைப் போன்ற வாழ்வு ஆறுதலாயும் அதே சமயத்தில் அச்சுறுத்துவதாயும் தோற்றம் காண்பித்தது. நான்கு பெண் மக்களின் தாயாக இருப்பது தீ துரத்த ஓடும் பந்தயக் குதிரைக்குச் சமன் என்ற எண்ணத்தோடு தனது கடந்தகால நிகழ்கால ஞாபகங்களுக்கு முற்றுப்புள்ளி வைக்க விரும்பினாள். தனது நிலை கண்டு கலங்கித்தானோ என்னம்மோ, வானம் சோம்பிக் கிடக்கின்றதென நினைத்தபடி வாசலில் உலரப் போடப்பட்டிருந்த நெல் மணிகளைக் கைகளால் தடவிக் கோதினாள்.

ஏழு

எப்போதோ முடிவெடுக்கப்பட்டுக் கட்டம் கட்டமாகத் திட்டமிட்டுத் தயாராகியிருக்கின்ற கல்விச் சுற்றுலா, ஐந்து தினங்களுக்கும் நான்காயிரத்து ஐநூறு ரூபாய்ப் பணத்தைச் செலுத்திய பின், வராது போனால் பணம் திரும்பக் கிடைக்காதென்று தெளிவாகச் சொன்ன பின்னும் மறுக்கிறாளே என்கின்ற வியப்போடு விழிகளை உயர்த்திப் பார்த்தார் ஹிஜாஸ்.

"நேத்து ராவுதான் காலண்டரைப் பார்த்தேன் சேர், சுற்றுலாவில இருக்கிற அஞ்சு நாட்களுக்குள்ள ஒரு நாளிலதான் பௌர்ணமி வருது. பௌர்ணமி எங்க குடும்பத்தில முக்கியமான கொண்டாட்ட நாள் சேர், நீங்க காசைத் திரும்பத் தராட்டியும் பரவால்ல. நான் வரமாட்டேன் சேர்."

அயானாவின் திடமான விளக்கம் அவருக்குக் குழப்பத்தையே ஏற்படுத்தியது. பௌர்ணமிக்கும் இவளுக்கும் என்ன சம்பந்தம் என்பதைப் புரிந்து கொள்ளாமல், போனால் போகட்டும் என்பதுபோலத் தலையை உலுப்பிக்கொண்டு பதிவேட்டி லிருந்த அயானாவின் பெயரைச் சிவப்புக் கோடிட்டு அழித்தார்.

"என்ன பைத்தியக்கார வேலை செஞ்சிருக்கீங்க மகள். நாலாயிரத்து ஐநூறு ரூபா காசு. உடம்பு நோவெக் கஸ்ட்டப்பட்டு உழைச்சிருந்தா தெரிஞ்சி ருக்கும்" உம்மாவின் ஏச்சுப் பேச்சுகளை ரசிக்கின்ற தோரணையில் கேட்டுக்கொண்டே மாமரத்து ஊஞ்சலில் ஆடிக்கொண்டிருந்தாள். மாமரத்தின் கிளைகளுக்குள் ஒளிந்துகொண்டு இசைக்கின்ற செண்பகத்தின் இசையைக் காதுகளால் வாங்கி

இதயத்திற்கு அனுப்புகின்ற சாதுர்ய முயற்சியின் களிப்பு உம்மாவின் ஏச்சுப் பேச்சை ஒன்றுமில்லாமல் செய்துகொண்டிருந்தது.

குறுக்கும் நெடுக்கும் நடந்தும், ஊஞ்சலில் ஆடியும், கடிகாரத்தைத் திரும்பத் திரும்பப் பார்த்தும் பரபரத்துக் கொண்டிருந்தவள், ஆறு மணி முப்பது நிமிடத்தைக் காட்டியதும் கிடுகிடுவென ஓட ஆரம்பித்தாள். உம்மம்மா வியாபாரத்திலிருந்து திரும்புகிற நேரம் பார்த்து சாச்சியின் வீட்டுக்கு ஓடுவது அவளுக்குப் பழகிப்போன ஒன்று. பொற்காலத்தில் வாழ்ந்துகொண்டிருந்தாள் சகர்வான். நான்கு பெண் மக்களுக்கும் திருமணக் கடமைகளைச் செய்து முடித்திட்டாள். ஏறாவூர் வழக்கப்படி நான்கு பெண்களுக்குமே பொன், பொருள், வீடு வாசல் என்று எல்லாமும் தேடிக் கொடுத்திருந்தாள். நான்கு பெண் மக்களைப் பெற்ற தாய் என்பதற்காக ஏறாவூரின் வழக்கங்கள் ஒன்றும் மாறிவிடவில்லை. "பொண்ணை எடுக்கிறன்டால் ஒரு ஊட்டையும் சேர்த்துத் தா" என்ற கோரிக்கை இரக்கமற்ற கோழைத்தனமான செயல் என்கின்ற உணர்வு இல்லாமலேயேதான் ஆண்கள் வாழ்ந்துகொண்டிருந்தார்கள். சகர்வானின் ஓட்டப் பந்தயம் கிட்டத்தட்ட முடிவுக்கு வந்துவிட்டிருந்தது.

அவளைச் சுற்றியுள்ள அத்தனையும் மாறிவிட்டது. அவளது உழைப்பில் நிமிர்ந்த கல் வீடுகளில் வாழும் மக்களும் பேரப் பிள்ளைகளும், தோட்டங்களும் காணி பூமிகளும் என்று பேரரசியைப் போல வாழ்ந்து கொண்டிருக்கின்ற அவளில் எல்லோருமே அன்பையும் நேசத்தையும் பொழிந்து கொண்டிருந்தார்கள். இத்தனை வசதி வாய்ப்புகள் வந்த பின்னும் உழைப்பை நிறுத்த வில்லை அவள். நெருப்பில் புடம் போட்டுக்கொள்வது போன்ற இத்தனை அர்ப்பணங்களுக்கும் மாற்றங்கள் விளைவதற்கும் காரணமாக இருந்த உழைப்பை மூச்சு உள்ள வரைக்கும் விடுவதேயில்லை என்பதாகப் பிடிவாதமாக இருந்தாள்.

"இத்தனை காலமும் என்ட பிள்ளைகளுக்காக உழைச்சேன், இனி என்ட பேரப்பிள்ளைகளுக்கும் எனக்கும்" என்பாள்.

"உங்களுக்கு எதுக்கு உம்மம்மா?"

"நான் மௌத்தாப் போனா மையித்தக்கூட என்ட செலவிலதான் அடக்கணும்"

"உம்மம்மா உங்கட மையித்த நான்தான் அடக்குவேன்"

"இல்ல உம்மம்மா அவ பொம்பிளப் புள்ள எப்படி ஏலும், நான் அடக்குவேன்"

"நான்தான் அடக்குவேன்" அர்த்தங்கள் இழந்துபோன வெற்றுப் பிரதே உடலை அடக்குவதற்குப் போட்டியிடும்

பேரப்பிள்ளைகளைப் பார்த்துக் குதூகலிப்பாள். வாழ்க்கையின் புதிர்களைப் பற்றிக் கற்றுக்கொடுக்கப்பட வேண்டிய பொறுப்பு மிக்க ஒரு பெண்ணைப் போல பேரப்பிள்ளைகளுடன் நேரம் கிடைக்கும்போதெல்லாம் கொஞ்சினாள். அவளுக்கு இருப்பதோ பத்தொன்பது பேரப்பிள்ளைகள். எடை மாறாத விதமாக நிறுக்கும் தராசைப் போன்ற தனது நெஞ்சிலும் நினைப்பிலும் அவர்களைச் சுமந்தாள்.

கல்விச் சுற்றுலா செல்லப்போவதில்லை என்பதை உம்மம்மாவிடம் அறிவிப்பதற்காகவே அயானா அவ்விடம் வந்தடைந்தாள். அங்கு ஏற்கெனவே கூட்டம் நிரம்பியிருந்தது. அன்பின் அடுக்குகளால் சூழப்பட்ட ஓர் உலகத்தைக் கட்டமைத்திருந்த சகர்வான் எப்போதும் மனிதர்களுடனேயே இருந்தாள். மகள்மாராகட்டும், மருமக்களாகட்டும், இணை சேர்ந்ததால் வந்த உறவுகள், அயலார் என்று சகர்வானின் ஆலோசனைகளுக்காகவும் குற்றம் குறைகளைப் பகிர்வதற்காகவும் வந்துபோய்க் கொண்டேயிருப்பார்கள். அதிகாலை சுபஹுத் தொழுகையை முடித்துவிட்டு ஐந்து மணிக்கெல்லாம் ஏறாவூர் பஸ் நிலையத்துக்குச் சென்று அங்கிருந்து மட்டக்களப்பு செல்லும் பஸ் ஒன்றில் ஏறி இடம் பிடித்துப் போய் இறங்கிச் சுமந்துசென்ற முந்திரிப் பருப்புப் பெட்டியைப் பிரித்து நிழற்குடையின் கீழாகக் கிடக்கும் மேசையை ஒழுங்குபடுத்தி ஊதுபத்திகளை ஏற்றி துஆப் பிரார்த்தனையோடு தொழிலைத் துவங்கி, வெயிலோ மழையோ தாக்குப்பிடித்து முழுநாளும் நின்று மீண்டும் மாலை ஐந்து மணிக்கு ஏறாவூர் நோக்கிப் புறப்படும் பஸ்ஸைப் பிடித்து ஊர்வந்து, வீட்டை அடையும் அவளிடம் ஓராயிரம் முறைப்பாடுகளும் விண்ணப்பங்களும் காத்திருக்கும். “இன்டைக்கு உம்மா என்னை அடிச்சாங்க உம்மம்மா” என்கின்ற குழந்தைகளின் சிறு குற்றச்சாட்டுகள் தொடங்கி, தொடங்கப்போகின்ற புதிய தொழிலில் முதலீடு செய்யப் பணப்பற்றாக்குறை என்று பணம் கோரும் மருமகன்களின் கோரிக்கைகள், மகள்களின் இல்லற வாழ்வின் சிக்கல்கள், சாமத்தியச் சடங்கு, கத்னா, கல்யாண அழைப்புக்களைத் தந்து உதவி கோர வருவோர், சொந்த வியாபாரக் கணக்குகளின் தீர்ப்புகள், மொத்த விற்பனையாளர்கள், மொத்த கொள்வனவாளர்கள் என்று நீளும் அவளைச் சந்திக்கிறவர்களின் பட்டியல்.

தினசரி வாழ்வில் மகிழ்ச்சியற்ற மனோபாவத்துடன் யாரும் இருப்பதைக் குறித்து கவலை கொள்கிறவளாகவே இருந்த சகர்வான், தனது மக்கள் எந்தக் குறையுமின்றி வாழ்தற்காக தனது எல்லைக்கு அப்பாலான பல அர்ப்பணங்களைச் செய்யவும் நிர்ப்பந்திக்கப்படுகின்ற போதும் இதுவும் வாழ்வின் ஒரு

போக்குத்தான் என்று இயல்பாக ஏற்றுக்கொண்டாள். பெரும்பாலான சந்தர்ப்பங்களில் மருமகன்கள் அவளுக்கு நெருக்கடிகள் ஏற்படுத்துகிறவர்களாக இருந்தார்கள். பெருந்தொகைப் பணத்தைக் கேட்டு அவளைத் தொந்தரவு செய்யவும் தயங்காதவர்களாக இருந்தார்கள். அவளிடம் பணத்தைப் பிடுங்கிக்கொண்டுபோய் செய்த எந்தவொரு முதலீட்டுக்கும் அவர்கள் லாபக் கணக்குக் காண்பித்தவர்களே இல்லை.

சகர்வான் மிக எளிமையாகவே இவர்களைக் கடந்தாள். அவர்களுக்கு போதனைகளும் ஆலோசனைகளும் தேவையில்லை, வாழ்வு எல்லாவற்றையும் கற்பித்துவிடும் என்று நம்பியவளாக அவர்களோடு முரண்பாடுகளை வளர்த்துக் கொள்ளாதவளாக எப்போதும் சமரசமாக இருந்தாள்.

இடையிடையே உம்மம்மாவின் முதுகைச் சொறிந்து இடுப்பைக் கிள்ளி பத்தும் ஐம்பதும் வாங்கிக்கொண்டு ஓடும் பேரன்கள், உம்மம்மாவுக்கே தெரியாமல் இடுப்பில் சொருகி இருக்கும் காசுப் பையைப் இழுத்துப் புடுங்கிச் சேட்டை செய்யும் பேத்திகள், அவர்களை அவள் எதிர்கொள்ளும் விதம், கவனியாதவள் போல் இருந்துவிட்டுக் கைகளை இறுக்கிப் பிடித்துக் கொஞ்சுகிற அன்பு எல்லாவற்றையும் கடந்துதான் போக வேண்டும் அங்கு வருகின்ற யாராக இருந்தாலும். இவையனைத்தையும் அவள் எப்படி ஒழுங்குபடுத்திய விதமாகச் செய்கிறாள் என்பதே பெரும் ரகசியம். இந்த ரகசியத்தைக் கண்டறிந்தே ஆக வேண்டும் என்பதுதான் அங்கிருந்து வெளியேறிச் செல்கிறவர்களின் இறுதி மன ஓட்டம்.

"அதானெ பௌர்ணமி நாளில என்ன சுற்றுலா? ஆனா மகள் கூட்டாளிமாரோட போறதும் ஒரு கொண்டாட்டந்தானெ? புதிய புதிய விஷயங்களெப் பாக்கக் கிடைக்கும்"

"இல்ல உம்மம்மா, எங்கட ஸ்கூல் ஒவ்வொரு வருசமும் இனிச் சுற்றுலாப் போகப்போறாங்களாம். அடுத்த வருஷம் போய்க்கிறேனே". அடுத்த வருடமும் இதுபோல பௌர்ணமி நாளை உள்ளடக்கிய நாட்களில் சுற்றுலாவுக்குத் திட்டமிட்டு விடக் கூடாதென்று உடனடியாக உள்மனப் பிரார்த்தனைகள் செய்து கொண்டவளாகச் சொன்னாள். அடுத்த ஆண்டுக்குள் எந்தச் சுற்றுலாத் தளமும் அப்படியொன்றும் மாறிவிடப் போவதில்லை என்று உறுதியாக நம்பினாள் அயானா. உம்மம்மாவோடு பௌர்ணமிக் கொண்டாட்டம் தரக்கூடிய பேரின்பத்தை இழப்பதற்குத் தயாரற்றிருந்தவளின் உள்ளத்தைப் புரிந்துகொண்டவள்போல சகர்வானின் அணுகுமுறை இருந்தது.

பௌர்ணமிக்கும் சகவர்வானுக்கும் என்ன தொடர்பு என்று அவர்களில் யாருக்குமே தெரியாது. இந்தக் கொண்டாட்டத்தை

சகர்வான் அண்மைக் காலத்தில்தான் தொடங்கியிருக்க வேண்டும். காரணமற்ற வினோதமான இந்தக் கொண்டாட்டத்தில் கேள்விகள் இன்றி ஒட்டுமொத்தக் குடும்பமுமே இணைந்துகொண்டது. இது பைத்தியக்காரத்தனமானது என்று நினைத்தாலும்கூடக் கொண்டாட்டத்தில் கலந்துவிட்டுக் கலைந்துசெல்வது எல்லோருக்கும் எல்லாவற்றையும்விட எளிதாக இருந்தது.

ஒவ்வொரு பௌர்ணமி இரவும் எல்லா மகள்களும் குடும்ப சகிதம் சகர்வான் வீட்டுக்கு வந்துவிடுவார்கள். சகர்வானுக்குத் தனியாக வீடு இல்லை. இளைய மகளுடன்தான் வாழ்ந்துகொண்டிருந்தாள். மின் விளக்குகளை அணைத்துவிட்டு வீட்டின் அகன்ற பரந்த முற்றத்தில் பாய் விரித்து கூட்டம் கூட்டமாக அமர்ந்துகொள்வார்கள். குழந்தைகள் ஒரு புறத்தே பிடித்த விளையாட்டுகளை விளையாடத் தொடங்கிவிடுவார்கள். குமரிப் பெண்கள் ரகசியக் குரலில் உரையாடிக்கொண்டிருப்பார்கள். பேரன்கள் பெரும்பாலும் இவர்கள் எல்லோரையும் இடைஞ்சல் செய்கின்ற காரியங்களில் ஈடுபடுவார்கள். ஆண்கள் அரசியல், சமூகப் பிரச்சினைகள், நாட்டுக் கலவரங்கள், போர் அனைத்தைப் பற்றியும் சலவை செய்வது நடக்கும். முற்றத்தின் ஒரு புறத்தில் மண்ணில் அரைவாசி புதைய நட்டுவைத்த பாறைக் கல் அடுப்புகளில் கொதிக்கும் ஆட்டுக் கறியைக் கிளறிக்கொண்டும், மஞ்சள் சோற்றுக்குப் பருவம் பார்த்துக்கொண்டும் ஆண்களின் அரசியலுக்கும் குரல் கொடுப்பார்கள் பெண்கள். அபூர்வமாக ஆண்களும் சமையலில் பங்கெடுப்பதுண்டு. குறைந்தபட்சம் தேங்காய் துருவுவது, பேசிக்கொண்டே வெங்காயம், காய்கறிகள் நறுக்கித் தருவதென்று தொடரும். இந்த ஒட்டுமொத்தக் கொண்டாட்டத்தையும் கண்காணித்துக்கொண்டும், எல்லோருடனும் பங்கேற்றுக்கொண்டும், எல்லா வேலைகளுக்கும் பங்களிப்புச் செய்துகொண்டும் சுறுசுறுப்பாக இயங்கிக்கொண்டிருப்பாள் சகர்வான்.

பௌர்ணமி ஒளியில் கரைபுரளும் இந்தக் கொண்டாட்டம் திடீர் எனக் காணும் எவரையும் திகைப்படையச் செய்துவிடக் கூடியதாக இருந்தது. முழு நிலாவின் வெளிச்சத்தில் தெரியும் மரங்களின் உருவங்களையும், கட்டடங்களின் மேற்கூரைகளையும் பிய்த்துக்கொண்டு மேலெழும் பிள்ளைகளின் சிரிப்பொலிகள். இரவு விருந்துக்கும், ஒன்று கூடுகைக்கும் எதற்காக பௌர்ணமியைத் தெரிவு செய்ய வேண்டும் என்ற கேள்வியை எல்லோரைப் போலவும் எளிதாகக் கடக்க முடியவில்லை பேத்தி அயானாவுக்கு. எந்தவொரு கேள்வியையும் நெஞ்சுக்கு நேராக எளிதாகத் தூக்கியெறியும் சுதந்திரத்தை உம்மம்மா அவளுக்கு அளித்திருந்தார்.

பணிக்கர் பேத்தி

“பௌர்ணமியில என்ன சிறப்பு, ஏன் உம்மம்மா உங்களுக்குப் பௌர்ணமி பிடிக்கும்”.

உம்மம்மாவின் கண்களை நேருக்கு நேராக ஊடுறுவிக் கொண்டு கேட்டாள் அயானா.

“உங்களுக்கு ஏன் உம்மம்மாவைப் பிடிக்கிறது”.

கேள்விகளுக்குப் பதில்களும் கதைகளும் உதாரணங்களும் சொல்வதை வழக்கமாகக் கொண்டிருந்த உம்மம்மாவிடமிருந்து எதிர்பாராத இந்தக் கேள்வி அவளை உடனடியாகத் திகைப்பில் ஆழ்த்தியது. விழிகளைச் சுருக்கி வாயைக் கோணிச் சிரித்தாள். பின்பு கூறினாள்.

“உம்மம்மா நீங்க ரொம்ப அன்பானவங்க, எப்பயும் எல்லாரும் நல்லா இரிக்கணும்டு மட்டும்தான் நினைப்பிங்க, எனக்குத் தெரிந்து உங்கட ரத்தம் சதை எல்லாத்திலயும் அன்பு நிரம்பியிருக்கி. அன்பினாலதான் எல்லாரையும் உங்களோட பிணைச்சிவச்சிருக்கீங்க”

பனிக்கட்டியைப் போலக் குளிர்ந்த உதடுகளால் நெற்றி நனைய அயானாவை முத்தமிட்டாள் சகர்வான். அப்போது உம்மம்மாவின் உடல் வழமைக்கு முரணாகத் தளர்ந்திருப்பதாக உணர்ந்தாள். அவளது பார்வையில் பெருமிதம் நிரம்பியிருந்தது. எவரும் கண்டறிய முடியாத ரகசிய நேசத்தோடு நிலவைப் பார்த்துக் கொண்டிருந்தாள் சகர்வான். பிறகு இப்படிப் பதில் கூறினாள்.

“உங்களுக்கு உம்மம்மாவைப் பிடிக்க இருக்கிற காரணங் களைப் போலத்தான் நெக்கிம் இந்த நிலவைப் பிடிக்கக் காரணங்கள் இரிக்கி. இந்த நிலவுதான் அன்பாய் இரிக்கயும், பொறுமையாய் இரிக்கயும் முறப்பாடுகள் இல்லாம வாழயும் சொல்லித் தந்திச்சி. நிலவு நாட்களில் முழுவதும் உறங்காம நெல் அவிச்சிக் குத்தும்போதெல்லாம் இந்த நிலவுதான் நெக்கித் துணையாயிருப்பதாக நினைப்பேன். நிலவுக்கு இந்த உம்மம்மாட எல்லா ரகசியங்களும் தெரியும்”

உம்மம்மா இப்பிடி சுவாரசியமாகவும் குழைந்து போன மெல்லிய குரலிலும் அயானாவிடம் சொல்லிக் கொண்டிருக்கும் போது, உணவு தயாராகிவிட்டதென்று யாரோ கூவிக் கொண்டிருக்க, “வாங்க சாப்பிடப் போவெம்” என்று எதுவும் நடவாததுபோல எழுந்து நகர்ந்தாள் சகர்வான்.

நிலாவை அண்ணார்ந்துபார்த்தாள் அயானா.

எட்டு

பிரகாசமும் வெக்கையும் குறைந்து மழை கொட்டிக்கொண்டிருந்தது. வறண்டு கிடந்த மண்ணை வேமாக ஈரப்படுத்தத் தொடங்கிய மழையை அச்சத்துடனும், அதன் ரகசியங்களை அறிந்து கொள்ள முடியாத அறியாமையுடனும் வெறித்துக் கொண்டிருந்தாள் சகர்வான். வெயிலின்றி உலர்த்த முடியாதுபோன அவித்த நெற் குமியலின் புளித்த வாடையை பொறுத்துக் கொள்ளவே முடியவில்லை. நெல்லைக் கைகளால் கோதி அள்ளி முகர்ந்து பார்த்துப் புளித்த வாடை வரவில்லை என்றாள் கயறுநிஸா. தன்னுடைய முடிவு சரியானதென்று நிரூபணப்படுத்துவதற்காக எல்லோரதும் மூக்கிற்கு அருகாகவும், கைகளில் அள்ளிய நெல்லைக் கொண்டு சென்றாள். ஈரப்பிசுக்கான நெற்குவியலின் மேல் தங்கள் மூக்குகளை உலவவிட்டு, புளித்த வாடை எதுவும் வரவில்லை என்று மற்றப் பிள்ளைகளும் அறிவித்தார்கள்.

உலகத்தின் அத்தனை துயரமும், சலிப்பும் முகத்தில் தோன்ற, உதடுகள் துடிக்க எழுந்து படுக்கைக்கு விரைந்தாள். காற்றின் வேகத்திலும் ஊளையிலும் ஒரு வெறித்தனம் வெளிப்படத் தொடங்கியிருந்தது. "வெள்ளிக்கிழமையும் அதுவுமா என்ன குதரத்தோ இது" என்றாள் நூர்ஜஹான்.

"வெள்ளிக்கிழமையிலதான் உலகம் அழியுமாமே உண்மையா?" என்று கேட்டுவிட்டுப் பீதியுடன் றாத்தாவின் அருகே ஓடினாள் உம்மு ஜெஸீமா.

“எப்பயிருந்தாலும் அழிஞ்சுபோறதுதான் இந்த துன்யா, இங்க ஒன்டுமே நிலெயில்ல.” என்று தீர்க்கரிசியைப் போலப் பதில் கூறினாள் சாஜஹான். இந்த உரையாடல் எதிலுமே பங்குபெறாமல் உம்மாவின் செய்கைகளையே கவனித்துக்கொண்டிருந்தாள் கயறுநிஸா. காற்று சீற்றத்துடன் மரங்களைப் பிடுங்கி எறியத் தொடங்கியது. கூரைத் தகரங்கள் கிழிந்து பறப்பதைக் கேட்டுக்கொண்டே பதற்றத்துடன் இருந்தார்கள். தொலைதூரத்திலிருந்து மனிதர்களின் கூக்குரலையும் ஒப்பாரிகளையும் ‘ஊ’ என்ற காற்று அள்ளிக்கொண்டு வந்தது. பெரும் அழிவின் அறிகுறிகள் தென்பட்டபோதும் செய்வதறியாது திகைத்துப்போய் இருந்தார்கள் சகர்வானும், அவளது மக்களும். இருண்டு தடித்த அந்த இரவில் எதுவுமே தெரியவில்லை. நாற்பத்தியிரண்டாவது முறையாக அணைந்த சிம்னி லாம்பைத் திருகி எரியச்செய்து கொண்டிருந்தாள் கயறுநிஸா. தென்னை மரங்கள் வேரோடு முறிந்து தலைவிரிகோலமாகச் சிதைந்து வீழ்ந்தன. வீட்டுக் கூரைகளும் ஓலைக் கிடுகுகளும் காற்றில் பிய்த்தெறியப்பட்டன. சற்று நேரத்தில் இவர்களது வீட்டின் ஓலைக் கூரைகளும் பறந்தன.

“சகர்வான்” பெரிய லாந்தர் ஒன்றைக் கையில் பிடித்துக் கொண்டு ஓலமிட்டபடி ஓடிவந்தாள் ஸீனத்.

“என்ன செய்றாய் இஞ்ச, புள்ளகளெயும் வச்சிக்கிட்டு, வாங்க வெட்டயால” என்று ஏறத்தாழக் கத்தினாள், மழையில் நனைந்து தெப்பமாகியிருந்தாள் ஸீனத். அவள் முகம் பீதியில் என்றுமில்லாதவாறாக மாறிவிட்டிருந்தது. சூறாவளியின் சீற்றத்திலிருந்து தப்பித்துக்கொள்ள ஒரேயொரு அரணாக அப்பகுதியில் இருந்த காதரின் கல் வீட்டை நோக்கிக் கூட்டம் கூட்டமாக விரைந்தோடினார்கள். காதரின் வீடு மனிதப் பேரிரைச்சலால் நிரம்பியிருந்தது. நிற்பதற்குக்கூட இடமிருக்கவில்லை. நிறுத்த முடியாத பெண்களின் ஒப்பாரியைப் பொருட்படுத்தாதவர்களாக துஆப் பிரார்த்தனை களில் இறங்கினார்கள் ஆண்கள். புயல் உருவாகிவிட்டால் அது அடித்து ஓயும்வரைக் காத்திருப்பதுதான் நியதி. இருந்த போதும், மழையை நிறுத்துவதற்காக ஓதும் துஆ என்றும், காற்றை நிறுத்துவதற்காக ஓதும் துஆ என்றும் யாரோ சொல்லிக் கொடுத்துக்கொண்டிருந்ததை அனைவரும் ஒப்புவித்துக் கொண்டிருந்தார்கள். இருட்டில் யார் முகங்களையும் காண முடியவில்லை. பெயர்களைக் கூவி அழைத்து தமக்கு வேண்டப்பட்டவர்கள் பாதுகாப்பாக இருக்கிறார்களா என்று உறுதிப்படுத்திக்கொள்வதில் பலர் முனைப்புக் காண்பித்தார்கள். சற்றுத் தொலைவில் இருப்பவர்கள் என்ன ஆனார்களோ

ஏதோ என்று பலர் முனகிக்கொண்டுமிருந்தார்கள். யாரோ ஒரு பெண், தனது மகள் கதிஜாவின் இருப்பை இடைவெளியின்றி உறுதிப்படுத்திக்கொண்டேயிருந்தாள். அதே வீட்டுக்குள் எங்கோ மூலையில் இருந்த மகளை "மகள் கதீஜா" என்று கூவி அழைப்பதும், மகளின் பதில் குரல் கேட்டதும் "இருக்கியா மகள், பத்திரம் பத்திரம்" என்று சொல்வதுமாகத் தொடர்ந்தாள். பதினொராவது முறையாகவும் அவள் தொடர்ந்தபோது, "எங்கம்மா இருக்க கதீஜா.. உங்க உம்மாக்குப் பக்கத்தில் வந்து இரு" என்று யாரோ ஒருவர் எரிச்சலுடன் கத்தினார்.

காற்றின் ஆவேசம் குறையத் தொடங்கியதும் காதரின் வீட்டுக்குள்ளிருந்தவர்கள் ஒவ்வொருத்தராக வெளியேறினர். அந்த அதிகாலைப் பொழுது ஆறாத் துயராக விடிந்தது. சூறாவளியின் ஆதிக்கத்தில் பலவீனமடைந்த மக்கள் சலிப்புடன் தள்ளாடியவாறு தத்தம் வீடுகளைத் தேடிக்கொண்டிருந்தார்கள். ஒழுங்கைகள், தெருக்கள், காணிகள் முழுவதும் அடி சாய்ந்து கிடந்த மரங்களால் அடைபட்டுக்கிடந்தன. பெருந்தொகையான மக்கள் பாடசாலைக் கட்டிடங்களிலும், பள்ளிவாயல்களிலும் அதிகளாகத் தஞ்சமடைந்தனர்.

அடி சாய்ந்து விழுந்த பலா மரத்தின் கீழாகக் கோதுகள் உடைந்து நசிந்துபோன விளாம்பழமாகக் கிடந்தது சகர்வானின் வீடு. நெல் மணிகள் அனைத்தும் களிமண் சேற்றில் மூழ்கிச் சிதிலமாகக் கிடப்பதைப் பார்த்தபோது, அந்த நிலப்பரப்பு அதிரும்படியாகக் ஒப்பாரியிடத் தோன்றிய எண்ணத்தை மாற்றிக் கொண்டு விறைத்துப்போய் நின்றாள்.

புன்முறுவல் செய்வதை முற்றாக நிறுத்திவிட்டவர்களைப் போல மனிதர்கள் தங்களுக்குத் தோன்றிய எதையோ செய்துகொண்டிருந்தார்கள். சிலர் இழந்துபோனவற்றின் நினைவுகளை அழுகையினாலேயே தீர்த்துக்கொண்டிருந்தார்கள். சிலர் திகைப்பிலிருந்து மீளாதவர்களாக கால்போன போக்கில் சென்று திரும்பினார்கள். இந்தப் பேரழிவைச் சரி செய்வதற்கான ஒரு வழியைத்தானும் அறிந்து கொள்ளச் சக்தியற்ற மனிதர்களாகத் தங்களது இயலாமையை எண்ணிச் சிலர் கதறினார்கள். "இரக்கமேயற்றுப் போனதா அல்லாஹ் உனக்கு" என்று வானை நோக்கிக் கைகளை உயர்த்தினார்கள்.

இவற்றில் ஒன்றைத்தானும் செய்யாது உறைந்து கிடந்தாள் சகர்வான். நேரம் செல்லச் செல்ல பனிக் கட்டியைப் போல உருகத் துவங்கியது இதயம். திடீரென எழுந்து நடந்து போய்க் குசினி இருந்ததாக நம்பிய இடத்தில் நின்று எதையோ தேடினாள். உம்மாவின் செய்கைகளுக்குப் பொருளறியாத

பிள்ளைகள் சாய்ந்து கிடந்த மரத்தின் கிளைகளில் வரிசையாக இருந்தபடி அவளையே கவனித்துக்கொண்டிருந்தார்கள். மரத்தினாலான கைப்பிடியைக் கொண்ட கருத்த பெரிய அரிவாளைக் கண்டெடுத்து அங்கேயே அருகாகக் கிடந்த பாறைக் கல் ஒன்றில் கூர் தீட்டினாள். 'கிரீச்' 'கிரீச்' என்ற ஒலியெழுப்பிக்கொண்டே மினுங்கியது அரிவாளின் முனை. விழுந்து கிடந்த மரத்தின் கிளைகளை வெட்டத் தொடங்கினாள். சகர்வானின் இந்தச் செய்கையைப் பார்த்த அவள் மக்களும் அதே போன்ற வேலைகளில் ஈடுபடத் தொடங்கினர். மாற்றுத்துணியுமில்லாத, உண்பதற்கு உணவுமில்லாத இந்தச் சூழ்நிலையில் இதை, இதை ஒன்றைத்தான் செய்ய முடியும் என்பதாக இருந்தது அவர்களது செய்கை. முத்தும்மா றாத்தா, ஸீனத் றாத்தா எல்லோரதும் வீடுகளும் உடைந்து சிதைந்துதான்போயிருந்தன. அவர்களுக்கு உண்டாகியிருந்த பாதிப்பு தங்களுடைய பாதிப்புகளோடு ஒப்பிடுகையில் மிகக் குறைவுதான் என்று சாஜஹான் சொல்லிக்கொண்டிருந்தாள். இழப்பில் என்ன சிறிது பெரிது வேறுபாடு என்று சலிப்புற்றாள் கயறுநிஸா. ஸீனத் பெரியம்மாவின் வீட்டுப் பக்கமாக ஓடுவதும், முத்தும்மா பெரியம்மாவின் வீட்டுப் பக்கமாக ஓடுவதுமாக மிரட்சியோடு அலைந்து கொண்டிருந்தாள் சிறுமி உம்மு ஜெஸீமா. சில கல் வீடுகளின் கூரைகள் தகர்ந்திருந்தபோதும் வீடுகளுக்கு முழுமையான சேதம் உண்டாகவில்லை என்கின்ற சேதிகளை அவள் கொண்டுவந்தாள். "அடுத்த தடவெ சூறாவளி வாறதுக்குள்ள நாமலும் கல் ஊடு கட்டணும்" என்றாள் உம்மாவிடம்.

இளம்பிராயத்தில் இஸ்மாயில் காக்கா கட்டிமுடித்தது போன்ற ஒரு வீட்டை நிர்மாணிப்பதில் முனைப்புக் காட்டினாள் சகர்வான். விழுந்து கிடந்த பலா மரத்தின் கிளைகளைச் செதுக்கி உறுதியான நீண்ட தடித்த கம்புகளைத் தேர்ந்தெடுத்தாள். பலா மரத்தின் அடியைக் கோடரி கொண்டு கொத்திப் பிளந்தாள். சில எண்ணங்கள் மனத்தில் அசௌகரியங்களை உருவாக்கினாலும் அது என்னவென்று அறிந்துகொள்ள முடியவில்லை. நடுக்காலை நாட்டுவதற்கு குழி தோண்டிக் கொண்டிருந்தபோது தம்பி அபூபக்கர் வந்தான். அவளது செய்கை கண்டதும் அர்த்தமற்றவிதமாகவும் அடங்கமாட்டாமலும் சிரித்தான். பேர் அனர்த்தத்தின் கோர அழிவுகளை ஒரு பார்வையாளனைப் போன்று பார்வையிட்டபடி வந்த அவன், "எதுக்கு வேண்டாத இந்த வேலையெல்லாம்" என்றான்.

"பெரிய பெரிய ட்ரெக்கில் ஆர்மிக்காரன்கள் வந்து குமிஞ் சிருக்காங்கள். றோட்டில விழுந்து கிடக்கிற மரங்களயெல்லாம்

வெட்டி றோட்டைக் கிளியர்படுத்துறாங்கள்" சிறுபிள்ளைக்குரிய குதூகலத்தோடு ஒலித்தது அவனது குரல்.

இயற்கை அனர்த்தமொன்றை எப்படி ஏற்றுக்கொள் கின்றோமோ அப்படியாகவே மீள்நிர்மாணத்திற்கும் காத்திருக்க வேண்டும் என்பதுபோன்ற கதைகளைச் சொல்லிக்கொண்டிருந் தான்.

சிறுவனாய் இருக்கையில் ஏறாவூரைத் தாக்கிய வெள்ள அழிவு பற்றியும் அவன் நினைவுகூரத் தவறவில்லை. இடைவிடாது பெய்த மழையால் வெள்ளப்பெருக்கு உண்டாகி குளங்களின் நீர்மட்டம் உயர்ந்து அணைக்கட்டுகள் உடைப்பெடுத்தபோது மக்கள் படகுகள், வள்ளங்களில் தெருக்களைக் கடந்ததை சுவாரசியமாக விபரித்துக்கொண்டிருந்தான். சாஜஹானும் உம்மு ஜெஸீமாவும் அவனது வெள்ள அனர்த்தக் கதைகளில் லயித்துப்போயிருந்தனர். மரக்கிளைகளில் கட்டிய பரண் வீடுகளில் வாரக்கணக்காக வாழ்ந்ததாக அபூபக்கர் கூறியபோது, இந்தக் கோர சூறாவளிக்குப் பதிலாக அதேபோன்ற வெள்ளம் வந்திருக்கக் கூடாதா என்று சாஜஹான் வெளிப்படையாகவே கேட்டாள். மரத்தின் மேலாகப் பரண்போட்டு வாழ்வதன் விருப்பம் ஒரு அனர்த்தத்தை ஏற்பதாக அவளிடமிருந்து வெளிப்படுவதைக் கண்டுகொள்ளாமலேயே அபூபக்கர் வெள்ள நீரில் விரால் மீன்கள் பிடித்த கதைகளையும் அப்போதைய பாராளுமன்ற உறுப்பினர் ஏ.எச். மாக்கான் மார்க்கார் வாரக்கணக்காக நிவாரணங்கள் தந்து கொண்டிருந்ததையும் கூறிக்கொண்டிருந்தான். வெள்ள நீரோட்டத்தின் அபாயங்களைப் பற்றியோ வெள்ளத்தால் மக்களும் கால்நடைகளும் இறந்துபோனதைப் பற்றியோ, விவசாயிகளும் சிறுபயிர்ச் செய்கையாளர்களும் பாதிக்கப்பட்டதைக் குறித்தோ அவன் பிரஸ்தாபிக்கவில்லை. வாரக்கணக்காக நீரால் மூடுண்டு கிடந்த பாதைகளும் தெருக்களும் போக்குவரத்துக்கு உண்டுபண்ணிய தடங்கல்களையும் உணவுப் பொருள்களும் அத்தியாவசியப் பொருள்களான மண்ணெண்ணெய் போன்றவற்றுக்கு நிலவிய தட்டுப்பாடுகள் சவால்கள் அவனுக்கு மறந்திருக்குமோ என்று சகவர்வான் சந்தேகித்தாள். வெள்ள அனர்த்தம் ஒரு இனிய நினைவாகவே அவனால் கூறப்பட்டுக் கொண்டிருந்ததைத் தாங்கொண்ணாத சலிப்புடன் கேட்டுக்கொண்டிருந்தாள். அவனது ஒவ்வொரு சொற்களும் அவளது சொந்த அனுபவத்திலிருந்து தூர விலகியிருப்பதாக உள்ளுணர்ந்தபோதும், அனர்த்தமொன்றைச் சம்பிரதாயபூர்வமாக இப்படித்தான் நினைவுகொள்ள வேண்டுமோ என்றும் ஒரு கணம் தோன்றியது. இந்தப் பேர் அனர்த்தத்தையும் அழிவுகளையும் கடந்துவந்து

சிதிலங்களின் மேலாக நின்று மற்றுமோர் அனர்த்தம் பற்றிப் பிரஸ்தாபிப்பதற்குரிய மனத்தை தம்பி அபூபக்கர் கொண்டிருப்பது அவளுக்கு ஆச்சரியமாகவே இருந்தது.

“இப்ப யாருமே நிவாரணம் தர மாட்டாங்களா மாமா” உம்மு ஜெஸீமா ஆர்வத்தோடு கேட்டாள்.

“ஏன் தராமல், இசுக்கூல்லயும் பள்ளியிலயும் தங்கியிருக்கிற ஆக்களுக்கு தேத்தண்ணி, சாப்பாடு எல்லாம் குடுக்கிறாங்க. டாக்டர் பரீட் மீராலெப்பை முதல் ஆளா நின்டு நிவாரணம் குடுக்கிறாரு” என்று சொல்லிக்கொண்டு சகர்வான் பக்கம் திரும்பினான் அபூபக்கர்.

“என்ன அவசரம் இந்த ஊட்டோட கிடந்து மல்லுக்கட்ட ஆ.. புள்ளயயொளக் கூட்டிக்கிட்டுப் போய் நிவாரணம் எடுக்கிற வேலையெப் பார்க்காம ...” என்றான்

வெடுக்கென்று பதிலளிக்க எத்தனித்து, அடக்கிக் கொண்டாள் சகர்வான். அவன் சொல்வதும் உண்மைதானே என்று உடனடியாக நினைத்தாள். உடல் மரத்துப்போய் உடம்பின் களைத்த பாகங்கள் வலியெடுத்தது. எதற்காக சக்தியைச் செலவழித்து இந்த வீட்டை நிர்மாணிக்க முனைகிறேன் என்று தனக்குத்தானே கேட்டாள். கைகளைப் பரபரவென்று தேய்த்து உதறினாள். ஈரப்பிசுக்கு நிரம்பிய கருமணல் பிடிவாதமாகக் கைகளில் அப்பிக்கொண்டிருந்தது.

சகர்வானுக்கு ஒரு கோப்பைத் தேநீர் அருந்த வேண்டும் போலிருந்தது. அந்த உணர்வு உண்டானதும் மதியத்திற்கு மேலாகியும் வெறும் வயிற்றோடு காலைச் சுற்றிக்கிடக்கும் பிள்ளைகள்மீது சொல்லொண்ணாத பச்சாதபம் உண்டாகக் கரிசனத்துடன் எழுந்தாள்.

ஒன்பது

சகர்வான் அனுமதிக்கப்பட்ட நாளிலிருந்து மட்டக்களப்பு அரச மருத்துவமனையின் பத்தாம் வார்ட் அறை பார்வையாளர் நேரங்களில் சனங்களால் பிதுங்கிக் கிடந்தது. தாதியருக்கும் ஏனைய நோயாளிகளுக்கும் மூதாட்டி சகர்வானையும் அவளைக் காணவரும் மனிதர்களையும் வேடிக்கை பார்ப்பது ஒரு பொழுதுபோக்காகவே மாறிவிட்டிருந்தது. வாரங்கள் மாதங்களாகக் கட்டிலோடு அப்பிக் கிடந்தவர்களுக்கு சகர்வானைக் காணவரும் பார்வையாளர்கள் ஏக்கத்தை உண்டு பண்ணினார்கள். இன்னும் சிலருக்கு எரிச்சலும் தொந்தரவுமாகியிருந்தது. சகர்வான் பத்தாவது வார்டில் அனுமதிக்கப்பட்ட புதிதில் பெரிய வி.ஐ.பி.யாக இருப்பாள் என்றுதான் அங்கிருந்த பலரும் நினைத்தார்கள். அரசாங்க உயர் பதவியிலிருந்து ஓய்வு பெற்றவள் என்றும், ஏன் அரசாங்க அதிபரின் மனைவியாகவே இருக்கலாம் என்றும் பலவிதமான ஊகங்கள். பார்வையாளர் நேரம் மட்டுப்படுத்தபட்டிருந்தும் காலையில் வரும் பார்வையாளர்கள், மருத்துவமனைக்கு வெளியே காத்திருந்து மதியமும், மாலையும் என்று மீண்டும் மீண்டுமாக வந்தனர். தொய்ந்து கிடந்த அவள் கரங்களைத் தொட்டுக் கண்களில் ஒற்றினர். புறங்கையில் உதடு பதிய முத்தமிட்டனர். தலையைக் கோதி நெற்றியைக் கொஞ்சினர். மகள்மார் ஒருவர் மாற்றி ஒருவராக ஒரு இரவும் உறங்காது விழித்திருந்து கண்காணித்தனர். இத்தனை அன்பைப் பெறுவதற்கு அவள் என்ன செய்திருப்பாள், யாராக

இருந்திருப்பாள், எப்படியாக வாழ்ந்திருப்பாள் என்ற கேள்விகள் அங்கிருந்த எல்லோருக்கும் இருந்திருக்க வேண்டும். அவள் அனுமதிக்கப்பட்டு ஒரு வார காலமாகிவிட்டது. இன்னுந்தான் அவளது மகள்களுக்கு உறக்கம் துறப்பதையிட்டும் சலிப்பு உண்டாகவில்லை. அவளது படுக்கையின் ஒரு பக்கத்தில் தொங்கும் மஞ்சள் நிற மூத்திரம் நிரம்பிய பைகளைச் சுத்திகரிப்பதிலிருந்தும் அவர்களுக்கு அருவருப்பு உண்டாகியிருக்கவில்லை.

குள்ளமாகப் சற்றுப் பருத்த உடல், தெளிவான உடல் நிறமும் கறுப்பும் வெள்ளையுமான செம்பட்டை முடியுமாக இருந்தாள் சகர்வான். கண்கள் வழியாகச் சிரித்தாள். அவளது ஒவ்வொரு அசைவுகளுக்கும், சைகைகளுக்கும் அர்த்தம் தெரிந்துகொண்டவர்களாக இயங்கிக்கொண்டிருந்தார்கள் மகள்மார். கயறுநிஸா முழுநேரமும் வைத்தியசாலையிலேயே இருந்தாள். அவள் எப்போது உறங்கினாள், உண்டாள் என்று யாருக்கும் தெரிந்திருக்கவில்லை. உம்மு ஜெஸீமா மட்டக்களப்புக்கும் ஏறாவூருக்குமாகத் தொங்கோட்டம் ஓடிக்கொண்டிருந்தாள். விதவிதமான பழச்சாறுகள், கஞ்சி களைக் கொணர்ந்து பசி உணர்வு வற்றிக் கிடக்கும் தாயின் நாவில் தடவினாள். நூர்ஜஹானும் சாஜஹானும் தாயைப் பார்வை நேரத்தில் வந்து பார்த்துச்சென்றதோடு குஞ்சுக் குழந்தைகள் குமரிப் பெண்களைப் பாதுகாப்பது சமைப்பதென்று பம்பரமாய்ச் சுழன்றடித்துக் கொண்டிருந்தார்கள். சகர்வானின் மருமகன்களும் துயரத்தில் சோர்ந்தேயிருந்தார்கள். குழந்தைகள் வளர்ந்த பிள்ளைகள் என்று எல்லோருமே மகிழ்ச்சியைத் தொலைத்துவிட்டவர்களாக உழன்றார்கள். கல்யாண மண்டபம்போலத் தினமும் ஆரவாரித்துக் கிடக்கின்ற அவர்களது வீடுகள் துயரத்தில் ஆழ்ந்து கிடந்தன. துக்கம் விசாரித்து ஆறுதல்படுத்த வருவோரின் மென்குரல்கள் மட்டுமே கேட்பதாக அவை மாறிவிட்டிருந்தன. யார் யாரை ஆறுதல்படுத்துவதென்று தெரியாமல் ஆளையாள் தேற்றிக்கொண்டு அழுகிறவர்களாகவே அனைவரும் இருந்தனர்.

முட்டையின் ஓடுகளைத் தகர்த்துக்கொண்டு மெல்லத் தலை நீட்டும் குஞ்சுப் பறவையை ஞாபகப்படுத்துகிறவளாக மெல்ல இமைகளைப் பிரித்துச் சுற்றி நின்றவர்களை ஏறிட்டாள் சகர்வான்.

“உம்மா”

“உம்மம்மா ...” மக்களும் பேரப்பிள்ளைகளும் ஏகமாக அழைத்தனர். எல்லோருக்குமாக ஒரு புன்னகையை வீசினாள்.

“எ–ன–க்–கொ–ன்–று–மில்லை...” ஒற்றை எழுத்துகளாகக் கோர்த்துச் சிரமத்துடன் உச்சரித்தாள். ஒப்பாரியைக் கொண்டாடுகின்ற காலத்தில் வாழ்ந்த அழுகையை விரும்பாத மனுஷி அவள். சுற்றிலும் நின்ற மக்கள் பேரப்பிள்ளைகள் அனைவரையும் பார்த்தாள். அவளது விழிகளில் ஒளியில்லை. பளிங்கு மணிகளின் கூர்மை மங்கியிருந்தது. அவள் உதடுகள் எதையோ உச்சரித்தபடியிருந்தன. வேரூன்றி நிற்கும் குடும்ப மரம் தளைத்துச் செழிக்க வாழ்நாளின் பெரும்பகுதியை உழைத்துக் கழித்தவள். ஐம்பது ஆண்டுகளுக்கும் மேலாக உழைத்துக் களைத்த உடல். வாழ்வின் ஏற்ற இறக்கங்கள், துயரங்கள், ஏமாற்றங்கள், துக்கங்கள், உறவு, பிரிவு ஆகிய அனைத்தையும் சுமந்த ஆத்மா. ஒரு எஜமானியைப் போல அவள் கவனிக்கப்படுவதற்கு அவளது உழைப்பு அன்றி வேறொரு காரணமும் இருக்க முடியாது. அவளிடம் குவிந்துள்ள சொத்துகள் அத்தனையையும் உழைப்பினாலேயே சேர்த்தாள்.

சிவந்து தத்தளித்த கண்களுடன் வலப்புறமாக நின்றிருந்த அயானாவின் கரங்களைப் பற்றினாள் சகர்வான். பனம் நுங்கின் குளிர்ச்சியைப் பிரதிபலிப்பதாயிருந்தது அவள் கரம். எத்தனையோ கதைகள் பேசிய உம்மம்மாவின் இயலாமை எல்லோரையும் போலத்தான் அவளையும் வாட்டியது. உம்மம்மா இதிலிருந்து மீண்டுவருவாளா, இரவையும் நிலவையும் கொண்டாடுகின்ற அற்புதப் பெண்ணாக மீளவும் கிடைப்பாளா என்று அவளால் ஊகிக்கத்தானும் முடியவில்லை.

“மயூரி நகைக் கடை முதலாளி வாறார்” என்றாள் உம்மு ஜெஸீமா.

சகர்வானின் கட்டிலை நெருங்கிக் கைகளை நெஞ்சுக்குக் குறுக்காக கட்டிக்கொண்டு நின்றார் குமரகுருபரன். கிட்டத்தட்ட முப்பது வருடங்கள் பார்த்துப் பழகிய பெண். மட்டக்களப்பு நகரில் நடை பாதை வியாபாரியாகத்தான் சகர்வானை அவர் அறிவார். துடிப்பும் வேகமும் தெளிவும் போர்க் குணமும் நீங்கியவளாகப் படுத்துகிடக்கும் அவளைக் காண்பது அவருக்குச் சங்கடமாக இருந்தது..

“டாக்டர்கள் என்ன சொல்றாங்க” தணிந்த குரலில் கேட்டார்.

“உம்மாவின் நிலை நாளுக்கு நாள் மோசமாகிறாப் போலத்தான் இருக்கு. அப்பப்ப கண்களைத் திறக்காங்க. பிறகு மயங்கிர்றாங்க...” கயறுநிஸா சொல்லிக் கொண்டிருக்கும்போதே, வார்டின் ஒரு பகுதியில் இயங்கிக்கொண்டிருந்த தாதிப்பெண்ணை

நோக்கி நடக்கத் தொடங்கினார் குமரகுருபரன். அவர்களது உரையாடல் துல்லியமாகக் கேட்கவில்லை எனினும் சகர்வானின் உடல் நிலையையே விசாரிக்கிறார் என்பதாக ஊகித்துக் கொண்டு எல்லோரும் அவர் நின்ற திசையிலேயே பார்த்துக்கொண்டிருந்தனர். தளர்வோடு மீண்டும் சகர்வான் கிடத்தப்பட்டுக் கிடந்த கட்டில் பக்கமாக வந்தவர், ஆழ்ந்த அமைதியோடு இறுதி அஞ்சலி செலுத்துகிறவரைப் போல கண்கள் மூடி நின்றார். அவரது இச்செய்கையால் அங்கிருந்தவர்கள் எல்லோரும் கலவரமடைந்தார்கள்.

1979. அவளுக்கு அப்போது முப்பத்தியேழே வயதுதான். வறுத்துத் தோல் நீக்கி ஓலைப்பெட்டிக்குள் செப்பமாக அடுக்கிய மரமுந்திரிப் பருப்புப் பொதிகளை ஓலைத் தட்டால் மூடிக் கயிறுகளால் இறுகக் கட்டிக்கொண்டு ஏறாவூரிலிருந்து மட்டக்களப்பு டவுண் நோக்கி பேருந்தில் ஏறுகிறபோதெல்லாம் ஓலைப்பெட்டியைவிடவும் இறுக்கமாகக் கட்ட வேண்டியிருந்தது அவளது இருதயத்தை.

“இதென்ன சாகசம்டி ஒரு பொம்பிளை, முக்காடும் ஆளுமாப் போய் சந்தியில தட்டுப்பெட்டியோட” என்று நேரடியாகவே அவளை விமர்சித்தார்கள்.

பேரழிவாக வந்த சூறாவளி வாழ்வை பாழுபடையச் செய்து, ஒரு அடி ஏற நூறு அடி சறுக்கச் செய்கின்ற வாழ்வாகச் சலிப்பும், துயரமும், ஏமாற்றமும் வெறுப்புமாக தலை நிமிர்த்த முடியாத தோல்வியின் இறுதி நிலைக்கு அவளை இழுத்துவந்துவிட்டிருந்தது.

“நீயொரு நேர்மெயான பொம்பிளை என்டுதானெ முன்காசு வாங்கிக்காம நெல்லுத் தந்தேன்”. இயற்கை அனர்த்தத்தினால் நிகழ்ந்த இழப்பு என்று நூறு வீதம் தெரிந்திருந்தும் புன்னைக்குடா மேனஜர் மனைவியின் வினை அரக்கத்தனமாக இருந்தது.

“காத்து மழெ சூறாவளியெல்லாங் வரத்தான் செய்யும். நீ எலவா கவனமா இருந்திருக்கணும்”

கூனிக்குறுகி நின்றாள் சகர்வான். ஞாபகத்திலிருந்து எப்போதும் வேறுபடுத்த முடியாத துயரத்தை அனுபவித்துத் தீர்ப்பதைத் தவிர வேறு வழியேயில்லை என்ற முடிவை நோக்கியே இந்த வசைகள் சகர்வானை நகர்த்தின. கொள்வனவு செய்த நெல்லுக்கான பணத்தைத் திரும்பச் செலுத்துவதற்கு எட்டு நாட்கள் காலக்கெடு விதித்தாள் புன்னைக்குடா மேனஜர் மனைவி. வாழ்வுக்கு ஒரே ஆதாரமாக இருந்த உலர் உணவு முத்திரையைக் கிட்டத்தட்டப் பலவந்தமாகப் பறித்தெடுத்தாள்.

இந்தத் திடீர் திகில் அனுபவம் உண்டாக்கிய வெறுப்பு கைக்குத்தல் அரிசி வியாபாரத்தையே கைவிடுவதென்று தீர்மானிக்கச்செய்தது. கைச்சுத்தமும், வாய்ச்சுத்தமும் நிரம்பியவளான சகர்வானின் வியாபாரத்தில் நம்பிக்கை கொண்ட வேறு சிலர் நெல் தருவதற்கு முன்வந்தபோதும் உறுதியாக மறுத்தாள். அடுத்த கட்டம் குறித்த எந்தவொரு திட்டமான தெளிவுகளும் இல்லாதிருந்தபோதும் முடிவிலிருந்து மாறாதவளாக இருந்தாள். அறியாமையோடும் விரக்தியோடும் போராடச்செய்கின்ற வாழ்வில் எல்லையில்லாத சலிப்புணர்வு உண்டாகி எல்லாவற்றின் மீதும் வெறுப்பை உருவாக்கியது. எனினும் உடல், மனம், மூளை எங்கினும் வெறுப்பு பரவி அவளை முழுவதும் ஆக்கிரமிப்பதற்கு முன்பாகச் சுதாரிகத்துக்கொள்ள விரும்பி முந்திரிப் பருப்பு வியாபாரத்தைக் கையில் எடுத்தாள். வந்தாறுமூலை பம்மியடி பிரதான வீதியில் சனநடமாட்டம் கூடுகின்ற இடத்தில் எண்ணிக் கணக்கெடுக்கப்பட்ட ஐநூறு முந்திரிப் பருப்புகளுடன் ஆரம்பித்த வியாபாரம்தான், இப்போது மட்டக்களப்பு நகரம்வரையும் இழுத்துவந்திருந்தது.

சாக்குத் துண்டை விரித்துக்கொண்டு நடைபாதையில் ஓரமாகக் குந்தியபோது ஆண்களின் பார்வை விழுந்த விதம் அருவருப்பூட்டியது. வாய்க்கு அவல் வாய்த்தாற்போல சகர்வானைப் பற்றிய வம்புக் கதைகளை ஊரார் பேசத் தொடங்கினர். மட்டக்களப்பு மருத்துவமனைக்கு வருகின்ற போகின்ற ஏறாவூர் சனங்கள் மட்டக்களப்பு நகரின் மத்திய பூங்காவை ஒட்டிய நடைபாதையில் வெயிலில் குந்தியிருந்து "ஐயா, வாங்கய்யா சுத்தமான வறுத்த முந்திரியங்கொட்டை. சாப்பிட்டுப் பார்த்து வாங்குங்க" என்று கூப்பாடிடும் சகர்வானை, அவள் ஏதோ செய்யத் தகாத ஒரு காரியத்தைச் செய்கின்றவளைப் போலப் பார்த்தார்கள்.

வறுத்த முந்திரிப் பருப்புகள் சிலதைப் பொறுக்கி வாடிக்கையாளர்களின் கைகளில் திணித்துவிட்டு அவர்களையே உற்றுக் கவனித்தபடி இருப்பாள். நெருப்பில் சுட்டுக் கோது உடைத்த பருப்புகளைக் குளனிக் காட்டிலிருந்து கொண்டுவந்த குருத்து மணலுடன் பதமாக வறுத்துத் தோல் நீக்கியது. அதன் ருசி தனி. "ஆஹா! அற்புதமான ருசியாயிருக்கே" என்று வாடிக்கையாளர்கள் மெச்சும்போது அவள் அடையும் மகிழ்ச்சி அளவற்றது.

பூங்காவுக்கு நேர் எதிராக இருந்த மயூரி நகைக் கடையின் உரிமையாளர் குமரகுருபரன் மட்டுமல்ல, அந்தப் பிரதான தெருவிலிருந்த கடை முதலாளிகள் பலரும் முந்திரிப் பருப்பு

வாடிக்கையாளர்கள். பொங்கல், தீபாவளி, சித்திரைப் புத்தாண்டு இனிப்பு பணியாரம் பண்டங்கள், ரமழான் பண்டிகை, ஹஜ் பெருநாள் மஸ்கட் தொதல், வட்டிலப்பம், பணியாரங்கள் இவர்களுக்கிடையே ஸ்திரமான நட்பைக் கட்டியெழுப்பியது.

கால்வாய் சுத்திகரிப்புக்காகவும் மின்சார விநியோகப் பணிகளுக்காகவும் நகர்த் தெருக்கள் அடிக்கடி தோண்டப் படும்போது சகர்வானின் அங்காடி இடம் மாறிக்கொண்டே இருக்கும்.

"இவங்களைப் பகைச்சிக்கிட்டாக் குந்தவிடாமப் பண்ணிடு வாங்க. சூதானமாகத்தான் போவணும்" என்று குமரகுருபரன் சகர்வானுக்கு ஆலோனை கூறினார்.

மட்டக்களப்பு மாநகர சபைக்கு மாதாந்தம் செலுத்தி வந்த பணம் இரண்டு ரூபா ஐம்பது சதத்திலிருந்து மூன்று – நான்கு – ஐந்து – பத்து ரூபாவரையிலும் கிட்டத்தட்டப் பலவந்தமாக உயர்த்தப்பட்டபோதும் சளைக்காது சரியென்றாள். யாரும் அதிகம் பொருட்படுத்தாத அங்காடி வியாபாரம் நகரமயமாக்கலுக்கு எதிரியாக மாயம் காட்டத் தொடங்கியிருந்தது. முந்திரிப் பருப்பு வியாபாரம் திருப்திகரமான இலாபத்தைச் அளித்துக் கொண்டிருந்தபடியால் அங்காடி வாய்ப்பைக் காப்பாற்றுவது தவிர அவளுக்கு வேறு வழிகள் இல்லை.

குமரகுருபரனும் மற்ற கடை முதலாளிகளும் ஆலோசனைகள் சொல்லிக்கொண்டேயிருந்தார்கள். மட்டக்களப்பு அரசாங்கப் பணிமனைகள், கச்சேரி அலுவலகங்கள் என்று எங்கெங்கோ ஏறி இறங்கி கிட்டத்தட்ட எல்லா அதிகாரிகளையும் சகர்வான் சந்தித்துவிட்டிருந்தாள். இந்த அங்காடி வியாபாரம்தான் தனது வாழ்வை இதுவரையிலும் கற்பனை செய்யாத உயரத்திற்கு எடுத்துச்செல்லப்போகிறது என்பதாக முன்கூட்டி அறிந்துவிட்ட தீர்க்கதரிசைப் போல மன்றாடினாள்.

ஐந்தாறு ஆண்டுகளில் பெண் விற்பனையாளர்களால் அங்காடி நிரம்பியது. தமிழ்ப் பெண்களும் சில முஸ்லிம் பெண்களும் முந்திரிப் பருப்பு வியாபார அவதாரம் எடுத்திருந்தார்கள்.

"உம்மா இது உங்கட உழைப்புக்குக் கிடைச்ச வெத்திதான்" என்று மகள் கயறுநிஸா சொன்னபோது,

"இதில என்ன மகள் வெத்தி தோல்வி. இந்த சகர்வான் இனித் தனி மனிசி இல்ல" என்றாள்.

நூர்ஜஹானுக்குத் திருமணம் நடத்தியாயிற்று. கயறுநிஸாவுக்கு வரன்கள் பார்க்கத் தொடங்கியிருந்தாள் சகர்வான். மக்கள்

எல்லோருமே உம்மாவின் முந்திரிப் பருப்புத் தொழிலுக்கு உறுதுணையாக உழைத்தார்கள். முந்திரிப் பருப்புகளை வெயிலில் காயப்போட்டுச் சாக்குகளில் கட்டுவது, நெருப்பில் சுட்டுக் கோது உடைப்பது, குருத்து மண் கலந்து வறுத்துத் தோல் நீக்குவது, வெவ்வேறு அளவுகளில் பொதிகள் தயாரிப்பது, கணக்குகளை எழுதுவதென்று எல்லா வேலைகளிலும் மக்களின் பங்களிப்பு இருந்தது. குமரகுருபரனின் சிபாரிசில் வர்த்தகர்கள் நடாத்தும் சீட்டுகளில் பணம் கட்டவும் வாய்ப்புகள் பெற்றாள் சகர்வான். குமரகுருபரனின் கடையில் மாதாந்தம் சிறிய தொகையைச் செலுத்தி மக்களுக்கு நகைகளையும் வாங்கினாள். காதுகளிலும் கழுத்திலும் பொன் நகைகள் மின்ன அவள் மக்கள் வலம் வந்தார்கள்.

சகர்வானின் எண்ணப்படி அங்காடிப் பெண்கள் தோழமை யுணர்வுடன் செயற்படுவது உடனடியாக நடந்துவிடவில்லை. ஒருநாள் சகர்வான் அங்காடிக்குச் சென்றபோது அவளது இடத்தில் பாத்தும்மா உட்கார்ந்திருந்தாள்.

“இதென்ன வம்பு. என்னம்மோ இது ஒன்னோட இடமுன்டு பெயரெழுதி ஒட்டி வச்சிருக்கிறாப்போல” என்று பாத்தும்மா நையாண்டி செய்தாள்.

“எனக்குன்டு பெயரெழுதாட்டியும் இந்த இடம் நான் போராடி எடுத்தது” என்று சகர்வானும் விடாப்பிடியாக நின்றாள்.

“எங்க போராடி எடு பார்ப்போம், என்னம்மோ ஊட்டுல யிருந்து கொண்டுவந்த எடமாட்டம்” என்று பாத்தும்மா அசையாதிருந்தாள்.

அன்றைய தினம் – இந்தச் சண்டையால் காலை நேர வியாபாரம் முற்றிலுமாகக் கெட்டுவிட்டிருந்தது. குமரகுருபரனும் மற்றைய அங்குள்ள வியாபாரிகள் சிலரும் தலையிட்டுச் சண்டையைத் தீர்த்து வைக்கும்படியானது.

பீவிசி பொலித்தீன் பைகளில் முந்திரிப் பருப்புகளை அடைக்கும்போது நொறுங்கிப்போகாத பழுதற்ற பருப்புகள் தெரியும்படியாகவும் மையப்பகுதியில் உடைந்து துண்டுகளான பழுதடைந்த முந்திரிப் பருப்புகளையும் அடைத்து விரைவு லாபம் காண்பதில் அங்காடிப் பெண்கள் ஈடுபட்டார்கள்.

“பேமண்டில இடத்தெப் புடிக்கத் தெரிஞ்சா மட்டும் போதாதில. புழைக்கவும் தெரிஞ்சிரிக்கணும்” என்று ஏகத்தாள மாகக் குரல் கொடுத்துச் சிரித்தார்கள்.

தொழில் தொடங்கிய ஆரம்பகாலத்தில் வாங்கய்யா, வாங்கம்மா என்று கூவியதைச் சகர்வான் நிறுத்திவிட்டிருந்தாள். வெளிநாடுகளில் வாழும் உள்நாட்டவரும் உல்லாசப் பிரயாணிகளும் அவளது வாடிக்கையாளர்களாக இருந்தார்கள். வெளிநாட்டில் வாழும் உறவினர்களுக்கு அனுப்புவதற்காக முந்திரிப்பருப்பு வாங்குகிறவர்கள் தவறாது இவளிடமே வந்தனர். எப்போதாவது மிக மிகச் சொற்பமாக அவள் விடுமுறை எடுத்துக்கொண்டிருந்தபோதும் மறுநாளும் தேடிவருகிற வாடிக்கையாளர்கள் இருந்தார்கள்.

பூங்காவின் சுற்றாடலுக்கு முந்திரிப் பருப்புத் தோல்கள் கேடுவிளைவிக்கும் என்ற குற்றச்சாட்டுடன் மட்டக்களப்பு மாநகர சபை இவர்களை ஒரே நாளில் பலவந்தமாக அங்கிருந்து விரட்டியது. பூங்காவிற்கு எதிராக இருந்த கடைத்தொகுதிகள் பக்கமாக அங்காடியை மாற்ற வேண்டி ஏற்பட்டது. குமரகுருபரனின் கடைவாசலுக்கு அங்காடி வியாபாரம் மாறிவிட்டிருந்தபோதும் சகர்வான் திருப்தி காணவில்லை. பூங்காவின் கிளை விரித்த மரங்களின் நிழலும் பூங்காவை ஒட்டிய குளத்திலிருந்து வரும் குளுமை தரும் காற்றும் ஆசுவாசப்படுத்துவதுபோல சௌகரியம் இல்லை. மீண்டும் அவள் புறப்பட்டாள். இந்தப் போராட்டத்தில் அங்காடிப் பெண்கள் அனைவரும் ஒன்றுபட்டுச் செயற்பட வேண்டிய அவசியத்தை குமரகுருபரனும் ஏனைய வியாபாரிகளும் வலியுறுத்தவே, உட்பூசல்களை மறந்து மற்ற அங்காடிப் பெண்களும் சகர்வானுடன் இணைந்து கொண்டிருந்தார்கள். எரிச்சலும் பொறாமையும் வெள்ளமெனப் பாய்ந்து கலைந்து கிடந்த அங்காடிப் பெண்கள் ஒன்றுபடுவதற்கு பாத்தும்மாவும் அயராது பாடுபட்டாள்.

“பழசெல்லாம் மறந்திடு சகர்வான்” என்று பாத்தும்மா கூறிய ஒரு மாலை நேரத்தில் அவளது கரங்களை இறுகப்பற்றினாள் சகர்வான். பாத்தும்மா சகர்வானைவிடவும் வயதில் மூத்தவள். மற்ற அங்காடிப் பெண்களிலும் சகர்வான் வயது குறைந்தவள் என்றாலும் வயது பேதம் பாராது சகர்வானைத் தலைமைச் செயற்பாட்டாளராக ஏற்றுக்கொண்டு அவளுடன் நின்றனர்.

மாநகர சபை மேயர் காரியாலயம்வரையும் சென்று குரல் எழுப்பினார்கள். சுற்றாடலுக்கு எவ்விதக்கேடும் இல்லாதவிதமாக வியாபாரத்தை நடத்துவோம் என்று உறுதிமொழியளித்தார்கள். இந்தப் போராட்டம் பல ஆண்டு காலம் தொடர்ந்தது.

உள்நாட்டுப் போரின் பல கோர முகங்களை இவர்கள் சந்திக்க நேர்ந்தபோது, சலனமேயில்லாது போரின் சாட்சிகளாக

நிற்க நேர்ந்தபோது ஒருவருக்கும் தெரியாத விதமாக ஒற்றுமையில் வலுப்பெற்றிருந்தார்கள் அங்காடிப் பெண்கள்.

அங்காடி வியாபாரம் நடக்கின்ற மட்டக்களப்பு நகர முனை வீதியில்தான் தனியார் மற்றும் அரச பேருந்துத் தரிப்பிடங்கள் இருந்தன. மட்டக்களப்பு நகரின் மையப்பகுதியில் மணிக்கூட்டுக் கோபுரச் சந்தியிலிருந்து கைக்கெட்டும் தூரத்தில் இவை எல்லாமும் இருந்தன. மட்டக்களப்பு நகரம் இயற்கை வனப்பும் பெருமைகளும் பொருந்திய நிலப்பரப்பு. போர்த்துக்கேசிய, டச்சு, பிரித்தானிய காலனிய ஆட்சிகளின் கிழக்கிலங்கைக்கான மைய நிலம். டச்சுக் கோட்டை, படகுத் துறை, கல்லடி பாலம் போன்றவை இந்நகரின் பிரதான வரலாற்று அடையாளங்கள். பெரும்பான்மையாக இந்துக்களும், இஸ்லாமியர்கள், பேகர்கள் சிறுபான்மையாகவும் வாழுகின்ற நகரம். இந்து, கிறிஸ்தவ, இஸ்லாமிய மத வழிபாட்டுத்தலங்கள் அருகருகாக இருக்கத்தக்க பன்மைத்துவ கலாச்சார அடையாளங்கள் பொருந்திய நகரம். இரத்தம் சிந்தாத சுதந்திரப் போரை நிகழ்த்தி உப்புச் சத்தியாக்கிரகம் என்ற ஜனநாயக அணுகுமுறையினூடாக இந்தியாவுக்கு சுதந்திரம் பெற்றுத் தந்ததாக வரலாறு போற்றுகின்ற மகாத்மா காந்தியை நினைவுபடுத்தும் வகையில், காந்தி சிலை, காந்தி பூங்கா, காந்தி வீதி என்று உள்ளங்கையின் பல ரேகைகளாக மட்டக்ககளப்பின் மையத்தின் ஓரிடத்தே அனைத்துப் பெருமைகளும் தரித்துக்கிடக்கின்றன்.

போரின் வாய் பிளந்த கோர முகம் மட்டக்களப்பு நகர வீதிகளில் தலைதெறிக்க ஓடிச்சென்றபோது பல குண்டுகள் இவர்கள் கண்ணெதிரிலேயே வெடித்துச் சிதறின. தலைவேறு முண்டம் வேறாக உடலங்களை சகர்வானும் சக அங்காடிப் பெண்களும் கண்டு திகிலடைந்தார்கள். ராணுவப் பாதுகாப்புக் கெடுபிடிகளால் சிலபோது விரைவாக வியாபாரத்தை முடித்துக்கொண்டு தட்டுப் பெட்டிகளோடு ஓடித் தப்பிக்க வேண்டியிருந்தது. அப்போதெல்லாம் குமரகுருபரனின் நகைக்கடைதான் இவர்களது உடைமைகளுக்கு இருந்த ஒரேயொரு அடைக்கலம்.

வீதியின் நடைபாதையில் மடித்துப்போட்ட சாக்கில் பதினேழு ஆண்டுகள் நடத்திவந்த போராட்டத்தை மட்டக்களப்பு அட்டன் நேஷனல் வங்கி ஓர் ஆதரவான நிலைப்பாட்டோடு அணுகி, சுய தொழிலில் ஈடுபடும் பெண்களை ஊக்குவிக்கும் நோக்கில் சில சீரமைப்புப் பணிகளைச் செய்தது. 1996 ஆம் ஆண்டு. சகர்வானோடு அங்காடியில் இருந்த எட்டுப் பெண்களுக்கு மடித்து உபயோகிக்கும் நாற்காலி, மேசை, நிழற்குடைகளை அளித்தது.

அங்காடி வியாபாரத்திற்குக் கிடைத்ததொரு அங்கீகாரமாக சகர்வான் இந்நிகழ்ச்சியைக் கொண்டாடி மகிழ்ந்தாள்.

சில ஆண்டுகளில் மட்டக்களப்பு மாநகர சபை நகர மத்தியில் குளத்தையொட்டி இருந்த புளியந்தீவு சிறுவர் பூங்காவைத் திருத்தியமைத்தது. பூங்கா திருத்தப் பணிகளைப் பார்வையிட வந்துபோகும் அதிகாரிகள் அனைவரிடமும் முன்புபோல இதே இடத்தில் வியாபாரம் நடத்த அனுமதி வழங்குமாறு, சலிப்பு சிறுதுமில்லாத குரலில் கோரிக்கைகள் முன்வைத்துக்கொண்டேவந்ததனர் சகர்வானும் தோழியரும். விரைவிலேயே மட்டக்களப்பு மாநகர சபை ஒரு நற்செய்தியை அறிவித்தது. அந்தச் செய்தியானது, "அங்காடிப் பெண்கள் எண்மரும் பூங்காவையொட்டிய நடைபாதையில் நிரந்தரமாகவே வியாபாரம் செய்ய அனுமதி தரப்படுவதாகக் கட்டியம் கூறியது. இந்த வியாபார உரித்தைக் காலந்தோறும் இவர்கள் உபயோகப்படுத்த முடியும். பிள்ளைகள், சகோதரர்கள் மற்றும் இரத்தவழி உறவினர்கள் அல்லாத வேறெவருக்கும் இவ்வியாபார உரித்து கைமாறப்படுதல் சட்டவிரோத நடவடிக்கையாகக் கணிக்கப்பட்டு ரத்துச் செய்யப்படும்" என்று கூறியது.

சகர்வானின் இருபத்தியெட்டு வருடகால அங்காடி அனுபவத்தில் இது பெரும் வெற்றி.

பத்து

கடும் வெயில்கால ஆகஸ்ட் மாலைப் பொழுதில் மஃரிப் தொழுகைக்காக உழுச் செய்து கொண்டு தனது அறைக்குள் சென்று கொண்டிருந்த போது மகள் சாஜஹான் சொன்னாள்.

"வாப்பா வந்திருக்காங்க"

இப்படியொரு சேதி தனது செவிகளை விரைவில் வந்தடையும் போன்ற ஒரு முன்னுணர்வு அண்மைக்காலமாக இருந்துவந்தவளைப் போல எந்தவித ஆச்சரியத்தையும் வெறுப்பையும் காண்பித்துக் கொள்ளாது அறைக்குள் சென்றாள். தனக்கு எந்தவிதப் பொறுப்புமற்ற எந்தவகையிலும் கட்டுப்படுத்த முடியாத ஒரு காரணத்தின் பொருட்டு இருப்பந்தைந்து ஆண்டு கால வாழ்வையும் ஏக்கமும், ஏமாற்றமும் வெறுப்பும் சூழ்ந்ததாக மாற்றிய ஒரு மனிதர் வந்துள்ளார் என்ற செய்தி மனத்தினுள் திடீர் கலவரத்தை உண்டுபண்ணுவதை அவளால் தடுக்க முடியாதிருந்தது. ஒரு மனிதனால் இப்படியும் குற்றவுணர்வின்றி வாழ முடியுமா என அவ்வப்போது அடைந்துவந்த பேராச்சரியத்தின் முற்றுப்புள்ளியாக மட்டுமே இந்தச் செய்தி இருக்க முடியும் என்று நம்பினாள். அவளை விட்டுச் சென்றதிலிருந்து, இப்போது திரும்பி வந்திருக்கின்ற இந்தத் தருணம்வரையிலும் அவர் ஒரு சௌகரியமான வாழ்வையே கழித்திருந்தார். ஒரு சோம்பேறியைப் போல நாளெல்லாம் சக்கரியா உறக்கத்திலிருக்கிறான்

என்பதாக உறவினர்கள் மூலமாகச் சிலபோது சகர்வான் அறிந்தாள். தொலைத்தொடர்பு சாதனங்களின் அசூர வளர்ச்சியைத் தனது காலத்தில் கண்டுணர்ந்ததன் விளைவாகப் பல தகவல்களைப் பிந்திய காலங்களில் உடனுக்குடன் அறியும் வசதியை அவள் அனுபவித்திருந்தாள். ஒருமுறை சக்கரியாவை வந்து அழைத்துக்கொண்டு செல்லுமாறு சக்கரியாவின் மூத்த சகோதரனால் சகர்வான் வேண்டப்பட்டபோது, உறுதியாக மறுத்தாள். தான் அவரை விரட்டியிருந்தால் அவர் வெளியேறுவதற்கு தான் ஏதேனும் வகையில் காரணமாக இருந்திருந்தால் அவரை அழைத்துக் கொண்டு செல்வதில் தனக்கொரு மரியாதைக் குறைச்சலும் இல்லை என்று கூறினாள். விட்டுச் சென்றவருக்கு ஏன் திரும்பிவரத் தெரியவில்லை என்று கேட்டாள். புத்தளத்தில் மூத்த சகோதரி வீட்டில் சக்கரியா வாழ்வதாக ஒரு காலம், கொழும்பில் சகோதரன் வீட்டில் வாழ்வதாகச் சில காலம், குளியாப்பிட்டியில் தங்கை வீட்டில், கழுத்துறையில் பெரிய நானா வீட்டில், குருணாகலவில் தங்கை வீட்டில் என்று சக்கரியா தஞ்சமடைந்த தகவல்கள் எப்படியாவது அவளை வந்துசேரும்போது வானொலியில் ஒலிபரப்பாகும் காலநிலை மாற்றம் செய்திகள் அளவே செவிமடுத்தாள்.

தொழுகையை முடித்த பிறகு உம்மா சொல்லப் போகின்ற பதிலைக் கேட்பதற்கு ஆர்வத்துடனும் பீதியுடனும் மக்கள் காத்துக்கொண்டிருந்தனர். நீண்டகாலமாக அவள் இறைவனிடம் பிரார்த்தித்துக் கொண்டதெல்லாம் அவரது மரணச் செய்தியைச் செவிமடுப்பதற்கு முன்பாக தான் மரணித்து விட வேண்டும் என்பதே. சரியானதா நியாயமானதா என்ற விமர்சனங்களற்றவளாக அந்த வேண்டுதலை அவள் தொடர்ந்துவந்திருந்தாள். யாரும் விரும்புகிறபோது மரணம் வந்துவிடுவதில்லை என்று உறுதியாகத் தெரிந்திருந்தும் இப்படிப் பிரார்த்திப்பதில் நிம்மதியடைந்துவந்தாள். தொழுகையை முடித்த பின்பும் அதே இடத்தில் அதே நிலையில் உட்கார்ந்திருந்தாள். வெறுமனே இப்படி உட்கார்ந்திருப்பது மக்களின் காத்திருப்பையும் எதிர்பார்ப்பையும் நீண்டதாக்கிவிடும் என்பதாலும் நேரத்தைப் பாழடிக்க விரும்பாமலும் தொழுகைப் பாயைச் சுருட்டிச் சுவர் ஓரமாகத் தள்ளிவைத்துவிட்டு வெளியே வந்தாள்.

"உம்மா வாப்பா வந்திருக்காங்க, என்ன செய்ற" ஞாபகமூட்டுகின்றவளைப் போல தாழ்ந்த தொனியில் கூறினாள் சாஜஹான். கிட்டத்தட்ட அழிந்துபோன சக்கரியாவின் ஞாபகங்களைப் புதுப்பிக்க முயன்றவளைப் போலக் கண்களை இறுக மூடிக் கசக்கித் திறந்தபடி,

"என்ட தலைமுடிகள் நரைத்திட்டு மகள்" என்றாள் சகர்வான்.

சக்கரியா மனந்திருந்தி திரும்ப வருவதற்கு இருபத்தைந்தாண்டுகள் பிடிக்க வேண்டுமா? இந்த மனம் மாற்றம் பல ஆண்டுகளுக்கு முன்பே நிகழ்ந்திருந்தால் நன்றாக இருந்திருக்கலாம் என்ற எண்ணம் சகர்வானின் மக்களுக்கு வேதனை உண்டாக்கியது. அப்படி முன்பே நடந்திருந்தால், ஞாபங்களைச் செழுமைப்படுத்தியிருக்கலாம். புதிய வெளிச்சத்தில் பழைய கசப்புகளைக் களைந்து வாழ்வைச் சீரமைத்திருக்கலாம். இப்போது சகர்வானின் மனம் இளகுவதாயில்லை. சக்கரியாவில் வெறுப்பு இல்லை என்றாலும் விருப்பமோ, இரக்கமோ உண்டாக வில்லை.

எல்லாவற்றையும் சரிப்படுத்திக்கொள்வதற்கான சாத்தியங் களின் கதவுகள் மூடப்பட்டுவிட்டதை உணர்ந்தவர்கள்போல மக்கள் அமைதியாக அவளைச் செவிமடுத்தபடி இருந்தனர். இப்படியொரு பிடிவாதத்தின் சாயலை சகர்வான் முகத்தில் அவர்கள் என்றுமே பார்த்திருக்கவில்லை. ஒரு தந்தையில் உண்டாகக் கூடிய பாச உணர்வு தங்களுக்கு உருவாகவில்லை என்பதை அவர்களும் ஒப்புணர்ந்தார்கள். முதுமையடைந்து உருக்குலைந்து தேடி வந்திருக்கும் ஒரு மனிதனாக நாம் ஏன் கடமை புரியக் கூடாது என்பதாகச் சிந்திக்கலானார்கள். இந்தச் சிந்தனைகூட உம்மாவைச் சங்கடப்படுத்திவிடக் கூடாதென்பதில் இத்தனை கால அவரது அர்ப்பணிப்பைக் களங்கப்படுத்திவிடக் கூடாதென்பதில் ஒருமித்த கருத்துடன் கவனமாக இருந்தார்கள்.

சக்கரியா ஏறாவூர் வந்திறங்கி சாஜஹான் வீட்டைத் தேர்வு செய்ததன் பின்னணியில் இருக்கும் காரணங்களைச் சலிப்போடு ஆராய்ந்தார்கள். சக்கரியா விட்டுச்செல்லும்போது மூத்த பெண்கள் இருவரும் வளர்ந்தவர்கள். அவர்களுக்கு அவர் சென்றதன் காரணங்கள் நன்றாகவே தெரிந்திருந்தன. அவரது கோபமும் வெறுப்பும் நியாயமற்றதென்றும் அதிகாரப்போக்காலும் தன்னைத் தடுக்க யாருக்கும் அருகதையில்லை என்பதாகவும் அவர் வெளியேறிச் சென்றதன் பொறுப்பற்ற தந்தை உருவத்தின் சாட்சிகளாக இருந்தவர்கள் அவர்கள். நாலாமவள் உம்மு ஜெஸீமா பச்சிளம் குழந்தை. அவள் சிலநேரம் "நீங்கள் யார்?" என்றும் கேட்டுவிடலாம் என அவர் அஞ்சியிருக்கலாம். தந்தை இருந்தும் அவரின் அணைப்பையோ பாசத்தையோ சொட்டும் அனுபவித்திராதவள். சாஜஹானே சிறுமியாகப் பக்குவக் குறைவாக இருந்தவள். அவளை எதிர்கொள்வதன் எளிமைத் தன்மை ஒரு காரணமாக இருக்கலாம் என்பதாக ஊகித்தார்கள்.

சாஜஹான் தகப்பனாரை வைத்துப் பராமரிக்கக் கூடிய பொருளாதார ஸ்திரம் கொண்டிருக்கவில்லை என்பதை வருவதற்கு முன்பாக அவர் யோசித்திருக்க மாட்டார். வேறொரு பெண்ணைத் தோழியென்று அழைத்துக்கொண்டு வந்து சொந்த வீட்டுக்குள்ளேயே, தான் இல்லாத நேரமாகப் பார்த்து புணர்வில் ஈடுபட்டிருந்த கணவனைக் கையும் மெய்யுமாகப் பார்த்துவிட்ட பிறகு, மன்னிப்பளித்து ஏற்பதுபோன்ற அனேக பெண்கள் செய்யும் தவறைச் செய்வதற்குப் பதிலாக, கணவனுக்கு மணவிலக்கு அளித்தவள் சாஜஹான். மூன்று பெண் மக்களும் மகனுமாக தனித்து நிற்கும் அவள் சகர்வானின் உழைப்பையே நம்பியிருக்கிறாள். தாயின் முந்திரிப் பருப்பு வியாபாரத்திற்குப் பல்வேறு வழிகளிலும் ஒத்தாசைகள் செய்துவருகிறாள். பிள்ளைகளெல்லாம் வளரிளம் பருவம். பள்ளிப்படிப்புக்கூட முடியவில்லை. உம்மாவின் விருப்பத்திற்கு மாறாக எந்தவொரு தீர்மானத்தையும் இயற்றிவிடும் சக்தியற்றிருந்தாள் சாஜஹான். பதட்டத்தை அடக்கிக்கொண்டு மனசாட்சியை வெளிப்படுத்த விரும்பினாள்.

"வயசு போயிட்டு. வீசிங் வருத்தம். மூச்செடுக்க முடியாம தவிக்கிற மனுஷன எப்பிடித் திரும்பிப்போகச் சொல்ற?" உம்மாவைச் சீண்டிவிடக் கூடாதென்ற பொறுப்புணர்வு மிஞ்ச தாழ்ந்த தொனியில் கேட்டாள் சாஜஹான்.

"யார் திருப்பியனுப்பச் சொன்னது, ஏன் அனுப்பணும்?" சற்றுக் கடுமையான குரலில் உம்மாவிடமிருந்து வந்த பதிலை எதிர்பார்த்திராதவர்களாகத் திகைப்போடும் தாயின் உள்மனதை அறியாதவர்களாகவும் வெருண்ட மக்களைப் பொருட்படுத்தாமலே உறுதியான குரலில் தொடர்ந்தாள் சகர்வான்.

"அவர் உங்களுக்கு வாப்பா. உங்களைத் தேடி வந்திருக்கார். மனசாட்சியோட நடங்க மகள்"

மகள் சாஜஹானின் பராமரிப்பில் சக்கரியா வாழ்வதில் தனக்கு எந்தவித ஆட்சேபணையும் இல்லை என்பதைத் தெள்ளத் தெளிவாகச் சகர்வான் அறிவித்தாள். முதுமைக்காலத்தில் மலம் மூத்திரம் அள்ளித் தூக்கிக் கழுவிக் கவனிக்க வேண்டிய நிலை வரலாம் என்று அஞ்சியே அவரது குடும்பம் இங்கு அனுப்பிவைத்திருக்கும் என்ற ஊகத்தை மக்களுக்குத் தெளிவுபடுத்தினாள். தாயின் தீர்மானத்தை மக்கள் திருப்தியோடு ஏற்றுக்கொண்டனர். பெருமித உணர்வோடு தன்னையே கவனித்துக்கொண்டிருக்கும் மக்களையும் பேரப்பிள்ளைகளையும் கவனியாதவள் போல எழுந்து அறைக்குச் சென்றாள்.

அன்றிலிருந்து சாஜஹான் வீட்டிலேயே சக்கரியா இருந்தார். பேரப்பிள்ளைகளுக்கு அவரை யார் என்று தெரிந்திருக்கவில்லை. தோல் சுருங்கி எலும்புகளோடு அப்பிய கறுத்த வயோதிக மனிதனை மிரட்சியயோடு பார்த்தார்கள். சக்கரியாவின் நெடிய தேகம் கூன் விழுந்து சுருண்டுவிட்டிருந்தது. தீராத இருமலுடன் போராடிக்கொண்டிருந்தார். சளியைத் துப்புவதற்காக ஒரு படிக்கம் எந்நேரமும் தலைவாட்டில் இருந்து கொண்டேயிருந்தது. மாதந்தோறும் இரண்டோ மூன்று முறைகள் மருத்துவரிடம் அழைத்துச் செல்ல வேண்டியிருந்தது. அதற்கான செலவுகள் அனைத்தையும் சகர்வான் ஒரு மனக்குறையும் இன்றிச் செய்தாள். சக்கரியா திரும்பி வந்துவிட்டது அவளது அன்றாட வாழ்விலோ நினைப்பிலோ எவ்வித தாக்கத்தையும் உண்டுபண்ணியதாகத் தெரியவில்லை. இருமல் அதிகமாகி மூச்சுவிட முடியாது அவர் அவதிப்படுவதும் மருத்துவசாலையில் நிறுத்தி வைக்கப்படுவதும் இரண்டு மூன்று நாட்களில் சீராகி வீடு வருவதும் வாடிக்கையாக நடந்துகொண்டிருந்தது.

இவையல்லாம் ஓர் அரையாண்டு காலம்தான். சாஜஹானின் அக்கறையான கவனிப்பு மற்ற மக்களின் அன்பு உபசரிப்பு சீரான மருத்துவம் சக்கரியாவின் உடலுக்குப் புதுப் பூரிப்பைக் கொடுத்துத் தேறச்செய்தது. துன்புற்ற மெலிந்த அவர் தேகம் சதைப் பிடித்துக் கட்டுறுதியானது. வசீகரமான எழுபது வயதுக் கிழவனாக வலம்வந்தார். ஆலையடியிலிருந்து பிரதான பாதை வரைக்கும் நடந்து சென்று சிங்களப் பத்திரிகைகளை வாங்கிக்கொண்டு வந்து படிக்க ஆரம்பித்தார். முன்னைய நண்பர்களைத் தேடிச்சென்றார். சிலர் கல்லறைகளில் துயின்றுகொண்டிருந்ததை அறிந்தபோது மரணம் தன்னையும் வெகு சீக்கிரமே அழைத்துக் கொள்ளும் என்பதை எந்தவித அதிர்ச்சியுமின்றி இயல்பாக ஏற்றுக்கொண்டார். அவ்வப்போது மகளின் வீட்டு முற்றத்தில் படர்ந்த கோரைப்புற்களை வெட்டிச் செதுக்கினார். பேரப்பிள்ளைகளோடு இணக்கமான உறவை ஏற்படுத்த முயன்றார். பெரும்பாலும் இந்த முயற்சிகள் தோல்வி அளிப்பதாக இருந்தபோதும் அவர் அதைத் தொடர்ந்தபடியே இருந்தார். அயானாவும் சாஜஹானின் இளைய மகள் றிஸ்மியாவும் அவரோடு ஓரளவு நெருங்கினர். அயானா அவரிடம் சிங்கள மொழி கற்க முயன்றுகொண்டிருந்தாள்.

சகர்வான் மட்டக்களப்புக்குப் புறப்பட்டு செல்லுகின்ற வரை காத்திருந்து உம்மு ஜெஸீமாவின் வீட்டுக்கு வருவதை வழக்கமாக்கிக்கொண்டார். எந்த மகள் பிறந்தபோது வெறுப்பு கொண்டாரோ அந்த மகளில் அவருக்குக் கூடுதல் பாச உணர்வு இயல்பாக உருவானது. சகர்வான் இல்லாதபோதெல்லாம் உம்மு

ஜெஸீமா வீட்டிலேயே அவளது சின்னக் குழந்தைகளோடு எதையாவது சொல்லி அளவளாவியபடி பெரும்பாலான பகல் பொழுதுகளைக் கழித்தார். மக்களின் கல் வீடுகளும் சௌகரியக் குறைவற்ற வாழ்வும் சகர்வானின் உழைப்பால் எல்லா மக்களுக்கும் அமைந்திருப்பதையும் சகர்வானில் பிள்ளைகள் கொண்டிருக்கும் எல்லையற்ற அன்பையும் ஒவ்வொன்றிலும் கண்டுணர்ந்தார்.

திடீரென ஒருநாள், தகப்பனின் துணையுடன் சிறுகடை வியாபாரம் தொடங்கப்போவதாக தாயிடம் அறிவிப்புச் செய்தாள் சாஜஹான். மகளது புதிய வருமானமீட்டும் முயற்சிக்கு முதலீடாகப் பணத்தை வழங்கியதோடு நிறுத்திக்கொண்டாள் சகர்வான். எந்தவித தலையீடும் செய்யவில்லை. முன்பொரு காலத்தில் சகர்வானுடன் சேர்ந்து நடை கடை நடத்திய அனுபவத்தை மீட்பதற்குக் கிடைத்த வாய்ப்பாக இதை அவர் உணர்ந்திருக்க வேண்டும். மஸ்கட் தயாரிப்பது, கோதுமை மாவிலிருந்து பசையையும் பாலையும் வேறாக்கி எடுத்து வடிகட்டி, வடிகட்டிய பாலை மண்பானையில் துணியால் வண்டுகட்டிப் புளிக்கவைப்பது, சீனி அளவு, எண்ணெய் அளவு, மஸ்கட் கிளறுவது சரியான கச்சிதமான பருவத்தில் இறக்கிப் பாத்திரங்களில் வார்ப்பது வரையிலான நுணுக்கங்களை மகளுக்குச் சொல்லிக்கொடுத்தார். இதுபோன்றே பல்வேறு இந்திய இனிப்புகளைத் தயாரிக்கும் முறைகளையும் செயல்முறையாகப் பயிற்றுவித்தார். ஏறாவூர் மக்கள் அதுவரை காலமும் அறிந்திராத லட்டு, ஜாமூன் போன்ற இந்திய இனிப்புகளையும் தயாரித்தார்கள். சக்கரியாவின் மூத்த சகோதரனின் மனைவி இந்தியாவிலிருந்து துணிமணிகள், அலங்காரப் பொருட்களைக் கொண்டுவந்து விற்பனை செய்கிறவர். கொழும்பு கிரான்ட்பாஸில் அவர்களுக்குச் சொந்தமாகக் கடையொன்றும் இருப்பதாகச் சக்கரியா கூறினார். அவர்கள் வியாபார நிமித்தம் ஒவ்வொரு மாதமும் இந்தியா செல்வது வழக்கம் என்றும் அங்கிருந்து பல்வேறு வகையான இனிப்புகளைக் கொண்டுவருவதோடு நண்பர்கள் வழியாக அவற்றின் செய்முறைகளைத் தெரிந்து கற்றுக்கொண்டார் என்றும் அவரிடமிருந்தே தான் இவற்றையெல்லாம் தெரிந்து கொண்டதாகவும் கூறினார்.

தங்களைப் பலவந்தப்படுத்தாமல் மனம் இட்டுச்செல்லும் இயல்பான ஓட்டத்திற்கு ஒப்புக் கொடுத்தவர்களாக இயல்பாக வாழ்ந்துகொண்டிருந்த நள்ளிரவு நாள் ஒன்றில் டார்ச் லைட்டைக் கையில் பிடித்துக்கொண்டு ஜெஸீமாவின் வாசற் கதவில் தட்டிக் கூப்பாடு போட்டாள் சாஜஹான். கனவுகள் தோன்றக்கூடிய ஆழமான உறக்கத்திற்குச் சென்றுவிட்டிருந்த சகர்வான், மகளின்

கூக்குரல் கேட்டுத் திணுக்குற்றெழுந்தாள். "உக்கு உக்கு" என இரண்டு முறை அலறினாள். உம்மு ஜெஸீமா அறையிலிருந்து வெளிப்பட்டுத் தாயின் அறைக்குள் ஓடிவந்தாள். "யாரோ கேற்றைத் தட்டுகிறார்கள் மகள். சாஜஹானின் குரல்போலவும் கேட்டது" என்றாள். களேபரத்துடன் முன்வாசல் பக்கமாக ஓடிச் சென்று விளக்குகளைப் போட்டாள் உம்மு ஜெஸீமா. வெளியே நிற்பது சாஜஹான் ராத்தாவேதான் என்பதைக் குரல் கொடுத்து உறுதிப்படுத்திக்கொண்டு கதவைத் திறந்தாள்.

சாஜஹானின் முகம் வியர்த்து அவளது நெற்றியில் தலை மயிர்கள் கலைய முடியாதவாறு அப்பியிருந்தன.

"வாப்பாட நிலை நல்லமில்ல" என்பதை அவநம்பிக்கையான ஏமாற்றமான குரலில் கூறினாள். உம்மு ஜெஸீமா வேகமாகச் செயற்பட்டுக் கணவனை உறக்கத்திலிருந்து எழுப்பி எடுத்தாள். "மஃரிப் நேரம் கூட நல்லா பேசிக்கிட்டுத்தான் இருந்தாங்க. எட்டு மணிக்கெல்லாம் தூங்கின வாப்பா. மூச்செடுக்கிற சத்தம் கேட்டுத்தான் எழும்பிப் பார்த்தென். வீசிங் மாதிரித் தெரியல்ல. வாத இழுக்கிறாப்போலத்தான்" விபரித்துக்கொண்டிருந்த சாஜஹானிடம், அலமாரியிலிருந்து எடுத்துவந்த மடிப்பு கலையாத வெண்ணிறப் பருத்திப் புடவையை நீட்டி, "கபன் துணி" என்றாள். இடுப்பில் சொருகியிருந்த பண முடிச்சை உருவி எடுத்து சில ஆயிரம் ரூபாய்த் தாள்களை மகளின் கைகளில் திணித்து,

"ஒரு குறைபாடும் வராமல் பார்த்துக்கங்க, மக்காள்" என்றபோது உம்மாவின் நா தழுதழுத்ததை சாஜஹான் கவனித்தாள்.

"நீங்களும் வாங்களன் உம்மா" ஜெஸீமாவும் சாஜஹானும் கலங்கிய குரலில் அழைத்தனர்.

பிடிவாதச் சிறையிலிருந்து வெளியேற விருப்பமற்றவளாக மௌனம் காத்தாள் சகர்வான். உம்மா நினைப்பதுபோலவே மெய்யாகவே வாப்பாவை மரணம் நெருங்கிவிட்டதா என்று சந்தேகித்துக் கொண்டே இருட்டில் சென்றுகொண்டிருந்த அவர்களைப் பார்த்துக்கொண்டிருந்துவிட்டுக் கதவுகளை மூடினாள். சக்கரியா திரும்பி வந்து பத்தாண்டுகளாகிவிட்டிருந்தது. மனிதர்கள் தரும் பெருந்தன்மையானவள் என்ற அற்பமான போலியான ஈர்ப்புக்குக் கடந்தகால நினைவேக்கங்களைப் பலியிடத் தேவையில்லை என்பதிலேயே அத்தனை காலமும் சகர்வான் உறுதியாக இருந்தாள். நெஞ்சறையின் அடுக்கு களிலிருந்து மங்கலாகிப்போன நினைவுகளைச் சுத்திகரிக்க

அவள் விரும்பவில்லை. சாதாரண மனிதர்களுக்குப் போன்ற சட்டென்று உண்டான மன எழுச்சிகளில் அவள் தன்னை வீழ்த்திக் கொள்ளவுமில்லை. சகர்வானின் மன நிலையை சக்கரியா புரிந்துகொண்டிருக்க வேண்டும். அவருக்கிருந்த சுய அலட்டல்களும் கட்டுக்கடங்காத கோப உணர்வுகளும் காலத்தில் கரைந்துபோயிருக்கலாம். சகர்வானை நேருக்கு நேரே சந்தித்து ஆழ்ந்து ஒளி நிரம்பித் ததும்பும் அவளது கண்களை நோக்கி உரையாடுகின்ற விருப்பம் இருப்பதாக அவர் ஒருபோதும் மக்களிடம் வெளிப்படுத்தியதோ அதற்கான முயற்சிகள் செய்ததோ இல்லை.

பேரப்பிள்ளைகள் சக்கரியாவினது இன்னும் உயிரின் வாசம் இருக்கும் உடலைச் சுற்றியிருந்து குர்ஆனை ஓதிக்கொண்டிருக்க, ஆப்தீன் பாவா கலிமாவைச் சொல்லிக்கொடுத்துக்கொண்டிருந்தார். "அல்லாஹு அக்பர்" என்ற சுபஹுத் தொழுகைக்கான அதான் ஒலியில் சக்கரியாவின் மூச்சும் காற்றில் கலந்தது.

பதினொன்று

அடுத்த பல நாட்களுக்கு உம்மம்மாவைத் தனியாகக் கொண்டாடலாம் என்ற நினைப்பு ஒரு மெல்லிசையாக அவளுக்குள் ஊடுறுவிப் பரவிக்கொண்டிருந்தது. வினோதமான லேசான உணர்வுடன் பரபரப்பாக நிதானமாக இயங்கிக் கொண்டிருந்தாள் அயானா. உம்மம்மாவை முழுவதுமாக, உள்ளும் புறமுமாக அறிந்துவிடும் ஆர்வம் அவளை மாற்றியிருந்தது. லட்சணமாகத் தெரிவதாகத் திருப்திப்படுகின்றவரையும் ஒப்பனை செய்தபடி கண்ணாடியின் முன்னே நின்றுகொண்டிருந்தாள். ஆழ்ந்த நீல நிறத்தில் ஒரு மயில்போலத் தோற்றமளிப்பதாகத் திருப்தி கொண்டாள். கண்களின் மேல் இமைகளில் தடவியிருந்த கறுப்பு மை புதுப் பிறையின் வடிவில் கண்களுக்கு உயிரூட்டுவதாயிருந்தது.

உம்மு ஜெஸீமா சாச்சியும் சாச்சாவும் பிள்ளைகளும் புத்தளத்திற்கு பிரயாணம் மேற்கொண்டிருந்தார்கள். அவர்கள் திரும்பி வருவதற்கு எப்படியும் ஒரு வாரம் பத்து தினங்கள் ஆகலாம். வாழ்வில் தனக்கு வழங்கப்பட்ட நல்ல பல அற்புதமான அரிய தருணங்களில் ஒன்றாகவே உம்மம்மாவுக்குத் துணையாகத் தான் அனுப்பப்படுவதாக சந்தேகமற நம்பினாள். இதுவரையும் அறிந்தவற்றைவிடவும் சுவாரசியமான பல நடப்புகள் உம்மம்மாவுக்குள் புதைந்து கிடக்கும் என்பதில் அவளுக்குச் சந்தேகமில்லை. மண்ணைக் கிளறிக் கிளறி புதைந்து கிடக்கும் ரகசியங்களைச் சேகரிக்கும் ஓர் அகழ்வாராய்ச்சினியாக மாறி உம்மம்மாவின் நினைவுத்தளங்களை அடிபெயர்த்து ஆழச் சென்று

காண விரும்பினாள். ஒவ்வோர் இரவும் உம்மம்மாவோடு எதைப் பற்றியெல்லாம் கேட்பதென்று மனக்கணக்குப் போட்டபடி வீட்டுள் நுழைந்தாள்.

சகர்வான் இஸாத் தொழுகையை அப்போதுதான் முடித்து தொழுகைப் பாயை மெதுவாகச் சுருட்டிக் கொண்டிருந்தாள். நிச்சலனமான அமைதி அவள் முகத்தில் தெரிந்தது. கொண்டுசென்ற புத்தகங்களை அறையின் ஜன்னலோரமாகக் கிடந்த மேசையில் போட்டாள் அயானா.

“சாப்பிட்டியா மகள்?” நேரான பார்வையை அயானாவில் பதித்தபடி கேட்டாள் சகர்வான்.

“இல்ல உம்மம்மா! நான் நினைச்சேன் நீங்க ஏதாவது செய்வீங்க என்டு”

“செய்யலாமே, என்ன செய்யலாம்?” என்றபடி அறையின் பின்கதவு வழியாக சமையல்கட்டுக்குள் நுழைய, உம்மம்மாவைப் பின்தொடர்ந்தாள். வெள்ளி நரைகள் நிரம்பிப் பழுத்த கேசத்தைக் கை விரல்களால் கோதி உம்மம்மா கொண்டை போட்டபடியே நடப்பதைக் கிட்டத்தட்ட ரசித்தாள். பின்கழுத்துச் சுருக்கங்கள் ஒரு கோழி முட்டையின் அளவான கொண்டையை மீறித் துருத்திக்கொண்டு தெரிவதையும் கவனித்தாள். சகிக்க முடியாதபடியாக ஒழுங்கு குலைந்து கிடந்த அந்தச் சிறு சமையலறையை மெதுவாக ஒழுங்குபடுத்தத் தொடங்கினாள் சகர்வான். உம்மம்மாவின் ஒவ்வொரு செய்கையையும் கூர்மையாகக் கவனித்தபடி இருந்தாள் அயானா. முரட்டுத்தனமான கோபமும் வெறுப்பும் சாச்சியில் அயனாவுக்கு உருவானது. வெயிலில் வெந்து வீடு வந்து சேரும் உம்மம்மா கால்களை நீட்டி ஓய்வாக இருப்பதற்கு அனுமதியாதபடியாக ஒழுங்கின்றிக் கிடந்த சமையலறையையும் அதை அப்படியாக வைத்திருந்த சாச்சியிலும் உருவான சகிக்க முடியாக் கோபத்தை சாதுரியமாக மறைத்துக் கொண்டவளாக உம்மம்மாவுக்கு ஒத்தாசை புரியத் தொடங்கினாள். குசினிப் புகைக்கூட்டின் ஒரு ஓரமாகக் கிடந்த தேங்காய்களில் ஒன்றை பெரிய இரும்புப் பிடி அருவாள்மனையின் முதுகுப் புறத்தால் சரிபாதிகளாக உடைத்துப் பெயர்த்து அயானாவிடம் துருவத் தந்தாள். தேநீர் கோப்பையால் அளந்து இரு கோப்பைகள் எடுத்து ஒரு பாத்திரத்தில் போட்டாள்.

உம்மம்மா ‘கண்ரொட்டி’ சுடுவதற்காகத்தான் இந்த ஆயத்தங்களைச் செய்கிறார் என்பதாக ஊகித்தபடி “என்ன செய்யப்போறீங்க உம்மம்மா” எனக் கேட்டாள்.

“கண்ரொட்டி” என்றாள் சிரிக்காமல்.

அப்பழுக்கில்லாது சிவந்து பழுத்த மாங்கனியாகத் தெரிந்த உம்மம்மாவின் முகத்தை உற்றுக் கவனித்தாள் அயானா. கண்ரொட்டி அயானாவுக்கு உசிர். கோதுமையில் தேங்காய் சீனி உப்பு சேர்த்து தண்ணீர்விட்டுக் குழையப் பிசைந்து சூடேறிய ரொட்டிக் கல்லில் சிறு வட்டங்களாக வார்த்து இருபக்கமும் பொன்னிறமாகச் சிவந்துவிட்டால், ‘கண்ரொட்டி’ தயாராகிவிடும். இனிப்புச் சுவையான இந்தக் கோதுமை ரொட்டிக்கு ஏன் ‘கண்ரொட்டி’ என்று பெயர் வந்தது என்று யோசித்தபடியே உம்மம்மாவின் உருண்டு தடித்த விரல்கள் மாவைக் குழைத்துக் கொண்டிருந்ததைப் பார்த்துக்கொண்டிருந்தாள்.

அதுவொரு கோடைகாலம். காகிதத் தாள்களாகக் கரகரவென்று உரசத் தொடங்கிவிட்டிருந்தன மரங்கள். இரவுக் காற்றின் அனல் தெரியாதபடியாக செழிப்பான சுபீட்சமான உணர்வுகள் ததும்ப உம்மம்மாவின் அருகே அமர்ந்திருந்தாள் அயானா. தட்டிலிருந்து கடைசிக் ‘கண்ரொட்டி’யையும் மென்று தின்றபடி கேட்டாள்.

“கதை சொல்லுங்க உம்மம்மா”

அயானா இப்படிக் கேட்கவும் தொலைவில் குண்டுகள் வெடிக்கும் சத்தம் கேட்கவும் சரியாக இருந்தது. வெடியோசையின் சத்தத்தில் இரவைக் கிழித்தபடி இரைச்சலிட்டுக்கொண்டு காகங்கள் கரைந்தன. நாய்களின் ஊளை சூழலை அசாதாரண மாக்க திடீரென எழுந்து கதவுகளைச் மூடத் தொடங்கினாள் சகர்வான். பதட்டத்துடன் ஜன்னல்களை இழுத்துப் படாரெனச் சாத்தினாள் அயானா. தலையை விறைக்கச் செய்யும் உணர்வுடன் என்ன செய்கிறோம் எங்கே இருக்கிறோம் என்ற எந்தவித உணர்வுமற்றவளாக உம்மம்மாவின் பின்னாலேயே நடந்தாள். அறையில் பாய்களை விரித்து உம்மம்மாவுக்கு நெருக்கமாக மூச்சுத் தொடும் தூரத்தில் படுத்தாள்.

“அது குண்டு வெடிச்ச சத்தம்தானே உம்மம்மா, எங்கேயோ தெரியா”

“செங்கலடிப் பக்கமாகத்தான் கேட்டது மகள். விடிஞ்சாத் தெரியும் சாவுக் கணக்கு”

“உங்களுக்குப் பயமா உம்மம்மா?”

“பயம் யாருக்குத்தான் இல்ல, உசிர் பயம் எல்லாருக்கும் இருக்கித்தான். இந்தக் குண்டுச் சத்தத்திற்கு காதும் நெஞ்சும் பழக்கப்பட்டிருக்கும்.”

“நீங்க பொறந்த எப்ப உம்மம்மா? இந்த யுத்தம் இப்ப கிட்டடத்திலயிருந்துதானே, இல்லயா?”

“இந்த யுத்தம் நீங்க பொறந்த காலத்தில உக்கிரமாவத் துடங்கின யுத்தந்தான் மகள். நான் பொறந்த காலத்தில உலகப் போர் நடந்திக்கிட்டிருந்திச்சின்னு இஸ்மாயில் காக்கா சொல்லியிருக்காரு”

“அதென்ன உலகப் போர்”

“இப்ப நீங்க பார்க்கிற இந்தப் போர், உள்நாட்டுப் போர். உலகத்தில உள்ள நாடுகளுக்கிடையில நடந்த போரை உலகப் போர் என்டு சொல்லுவாங்க”

முற்றிலும் புதிய இந்தச் செய்தி அயானாவுக்கு பெருத்த ஆச்சரியமாக இருந்தது. உம்மம்மா உலகப் போர் பற்றிய கதையைச் சொல்லத் தொடங்கியபோது பளபளவென்று ஜொலிக்கும் அவளது கண்களை மூட மறந்துவிட்டவளைப் போலக் கவனித்துக் கொண்டிருந்தாள். நினையாத புறமாக எல்லாத் திட்டமிடல்களையும் தகர்த்தெறியும்படியாக உம்மம்மா வரலாற்றுப் பாடத்தைத் தொடங்கிய அதிர்ச்சியும், உம்மம்மாவுக்குத் தெரிந்திருந்த அரசியலும் அவளை சயனிக்கச் செய்ய இலேசாக மழை பெய்து கொண்டிருந்தது.

“என்ட பதிவுத் துண்டை எடுக்கிறதுக்கு இரண்டாம் உலகப் போர்தான் உதவினிச்சி” என்று உம்மம்மா புன்னகைக்க,

“உங்கட பதிவுத் துண்டுக்கும் இரண்டாம் உலகப் போருக்கும் என்ன சம்பந்தம் உம்மம்மா?” கேட்டாள்.

“புறந்த திகதி தெரியாம நான் பட்டபாடு இருக்கே, அது பெரிய கதை! தேசிய அடையாள அட்டை வந்த புதிசு. எல்லாரும் விண்ணப்பிச்சாங்க. எனக்கு மட்டுமில்ல இஸ்மாயில் காக்காவுலயிருந்து எங்க யாருக்குமே புறந்த திகதி தெரியா. சொல்றதுக்கு உம்மா வாப்பாவும் இல்ல. இஸ்மாயில் காக்கா புறந்தன்டு அலிமாக்கண்டுட மகன் வகாபு மூணு நாளையப் புள்ளென்டு மர்யம் மாமி சொன்னா. வகாபுட புறந்த திகதியெக் கேட்டு அதுக்குப் புறவுதான் இஸ்மாயில் காக்காட பதிவெக் கச்சேரியில தேடி எடுத்த. இப்படி ஒவ்வொரு ஆளுக்கும் ஒரு கதெய சொன்ன மர்யம் மாமி எனக்கும் ஒரு கதெயச் சொன்னா. அது, திருகோணமலைத் தொறமுகத்த ஜப்பான் தாக்கேக்குள்ள சகர்வான் நீ ரெண்டு மாசக் கைப்புள்ள கதைதான்”

1942 ஏப்ரல் 1–ந்தேதி அந்த வரலாற்றுத் தாக்குதல் நடந்ததென்றும் சகர்வான் நினைவுபடுத்தினாள்.

"குண்டுபோட்டா பெரியஅழிவு நடந்திருக்குமில்ல உம்மம்மா" பெருங்கலக்கத்துடன் கேட்டாள் அயானா.

"அதான் நடக்கலை"

கொழும்புமீது பறந்த ஜப்பான் போர் விமானம், அங்கு தாக்குதல் நடத்த எதுவுமே இல்லாததால், குண்டு வீசாமல் திரும்பியது. அப்போது, கடலில் ஒரு கப்பல் போய்க் கொண்டிருந்ததாகவும் அதன்மீது குண்டு வீசி அதை மூழ்கடித்து விட்டு, ஜப்பான் விமானம் திரும்பிச் சென்றதாம். இலங்கை தீவாக இருந்ததால், ஜப்பான் தனது தரைப் படையை அனுப்பித் தாக்குதல் நிகழ்த்தும் சாத்தியப்பாடுகள் இல்லாது போய்விட்டதாம்.

சகர்வானின் பிறப்புச் சான்றிதழைத் தேடச் சென்று ஜப்பான் நாட்டு விமானங்கள் இலங்கையைத் தாக்கிய செய்தியை அறிய நேர்ந்த ஆச்சரியத்திலிருந்து மீளாதவளாக இருந்த அயானா கேள்வி மேல் கேள்விகள் கேட்டபடியிருந்தாள்.

"அதெப்படி உம்மம்மா, தாக்க வந்த போர் விமானம் குண்டு வீசாமலே திரும்பப் போகும்?"

"அதெல்லாம் பெரிய சூட்சுமம்டி மகளே. அந்தக் காலத்தில இங்கிலாந்து அரசுதானெ நம்ப நாட்டைப் புடிச்சி வந்திருந்திச்சி. ஜப்பான் அரசு குண்டு வீசப்போகுதுன்டு எப்படியோ துப்புக் கிடெச்சி, முன்னெச்சரிக்கையா கொழும்பிலயும் திகோணமலைத் துறமுகத்திலேயும் நிப்பாட்டி வச்சிருந்த கப்பலையெல்லாம் பாதுகாப்பான இடத்தில பத்திரப்படுத்திட்டாங்களாம்"

அந்த வரலாற்றுச் சம்பவத்தின் பின்னணி இதுதான்—

ஹவாய் தீவில் அமெரிக்கா வசம் இருந்த 'பெர்ல் ஹார்பர்' மீது ஜப்பான் 1941 ஆம் வருடம் டிசம்பர் 7ஆம் திகதி விமானத் தாக்குதல் நடத்திய அன்றுதான், உலகப் போரில் எதிர்பாராத திருப்பம் ஏற்பட்டதென்பது வரலாறு. அதுவரை உலகப் போரில் அமெரிக்கா கலந்துகொள்ளாமல், உளவு வேடிக்கை பார்த்துக் கொண்டிருந்தது.

ஜெர்மனியின் நட்பு நாடாக இருந்த ஜப்பான், அன்றைய தினம் அமெரிக்காவுக்கு சொந்தமான ஹவாய் தீவில் உள்ள 'பெர்ல்' துறைமுகத்தைத் தாக்கியது. ஹவாய் தீவு பசுபிக் பெருங்கடலில் அமெரிக்காவுக்கும், ஜப்பானுக்கும் இடையே உள்ளது. பெர்ல் ஹார்பரில் நிறுத்தப்பட்டிருந்த எட்டு அமெரிக்கப் போர்க்கப்பல்களும், இருநூறு விமானங்களும் ஜப்பான் விமானத்தாக்குதலில் அழிந்தன. மூவாயிரம் அமெரிக்க

வீரர்களும் கொல்லப்பட்டனர். இதனாலேயே அமெரிக்கா ஆத்திரம் அடைந்து போரில் குதித்தது. ஜப்பான்மீதும், ஜெர்மனிமீதும் போர்ப் பிரகடனம் செய்தார் அப்போதைய அமெரிக்க ஜனாதிபதி ரூஸ்வெல்ட். இதன்மூலம் அமெரிக்கா, பிரிட்டன், பிரான்ஸ், ரஷ்யா ஆகிய நான்கு வல்லரசு நாடுகளும் ஓரணியில் நின்று ஜெர்மனிமீதும், ஜப்பான்மீதும் தாக்குதல் நடத்தின.

இதனால் உலக யுத்தம் தீவிரம் அடைந்தது. 1942 பிப்ரவரி 15—ந்தேதி பிரிட்டிஷ் காலனிய நாடான சிங்கப்பூரை ஜப்பான் கைப்பற்றியது. அங்கிருந்த இங்கிலாந்து ராணுவம், ஜப்பானிய ராணுவத்திடம் சரண் அடைந்தது. "சூரியன் அஸ்தமிக்காத ராஜ்ஜியம்" என்று புகழ் பெற்றிருந்த இங்கிலாந்து, சிங்கப்பூரில் ஜப்பானிடம் சரண் அடைய நேரிட்டது.

சிங்கப்பூருக்கும், மலாயாவுக்கும் இடையே உள்ள கடலின் நீளம் ஒரு மைல்தான். சிங்கப்பூரில் இருந்த பிரிட்டிஷ் வீரர்களில் பலர், கடலில் நீந்தி, மலாயாவுக்குத் தப்பிச்சென்றனர். ஐம்பத்தி ஐந்து நாள் நடந்த கடும் போருக்குப் பின் மலாயாவையும் ஜப்பான் கைப்பற்றியது.

ஜப்பான் படைகள் பர்மாவையும் (தற்போதைய மியான்மார்) தாக்கின. பர்மா தலைநகருக்கு 40 மைல் தூரத்தில் உள்ள பெகு என்ற நகரம், ஜப்பானியர் வசம் ஆகியது. பர்மாவில் இருந்த இங்கிலாந்து ராணுவத்தை ஜப்பானியப் படை முறியடித்தது. தற்போதைய இந்தோனேஷியா அக்காலத்தில் 'டச்சு கிழக்கிந்தியத் தீவுகள்' என்று அழைக்கப்பட்டது.

கிழக்கிந்தியத் தீவுகளையும் ஜப்பான் கைப்பற்றியது. டச்சு போர்னியோவில் பெட்ரோல் கிணறுகள் இருந்தன. எனவே, அந்த நாட்டையும் கைப்பற்ற ஜப்பான் முடிவெடுத்தது. ஜப்பான் பாரசூட் படையினர், போர்னியோவுக்குள் குதித்து, அந்த நாட்டைக் கைப்பற்றிக்கொண்டனர். கிழக்கிந்தியத் தீவுகளிலும், போர்னியோவிலும் இருந்த டச்சு படையினர் சரண் அடைந்தனர்.

இந்த நாடுகளில் சுமார் ஒரு லட்சம் பேர்களை, ஜப்பான் ராணுவத்தினர் 'போர்க்கைதிகளாக' கைது செய்தனர்.

பெர்ல் துறைமுகத்தைத் தாக்கிய ஜப்பான் கடற்படைத் தளபதி அட்மிரல் நாகுமோ தலைமையில்தான் இலங்கையில் திருகோணமலைத் துறைமுகமும் தாக்கப்பட்டது.

பன்னிரெண்டு

அது நண்பகல் நேரம். தெருவில் விரைந்து கொண்டிருக்கின்ற வாகனங்களையும், தருணத்தில் எங்கிருந்து வருகிறார்கள் என்று தெரியாமல் இடித்துக்கொண்டு விரையும் மனிதர்களையும் குழப்பத்துடன் கவனித்துக்கொண்டு நின்றாள் கயறுநிஸா. சகர்வானுக்கு உணவு செரிக்கவில்லை. சுவாசம் சீராக இல்லை. அவசரசிகிச்சைப் பிரிவுக்கு எடுத்துப் போய்விட்டார்கள். அவநம்பிக்கையுடனான தனிமை அவளை பயங்கரமாக வேதனை செய்து கொண்டிருந்தது. "இவர்கள் எப்போதுதான் வந்து தொலைவார்களோ" என்று நினைத்துக் கொண்டிருந்த தருணத்தில் ஒரு வேனிலிருந்து அனைவரும் குபுகுபுவென்று இறங்கினார்கள். எல்லோரையும் பார்த்தமட்டில் கட்டுப்படுத்தியிருந்த உணர்ச்சியைத் தணிந்த குரலிலும் மெதுவாகவும் அழுது வெளிப்படுத்தினாள் கயறுநிஸா.

"உம்மா ஐ.சீ.யூவில" என்றாள் தேம்பிக் கொண்டே. உம்மா உயிருடன் இருப்பதற்கான ஆதார சக்தியை இழந்துவிட்டதை நேரடியாகக் கண்ணுற்றபோதும் அதை வெளிப்படுத்துவதற்கான துணிவு அவளுக்கில்லை.

கொடூரமான வெயிலைப் பற்றி எந்தவிதக் குற்றஞ்சாட்டலுமின்றி ஒருவித மருட்சியோடு அங்கே அவர்கள் குழுமியிருந்தனர். மதிய வேளையில் நோயாளிகளைப் பார்வையிட வந்தவர்கள் வெளியேறிச்சென்றுகொண்டிருந்தனர். சற்று நேரத்தில் கிட்டத்தட்ட வெறிச்சோடினாற்போல மாறிவிட்ட மருத்துவமனையின் வெளிப்பகுதியும் பேரமைதியும் அச்சமூட்டியது. கரகரப்பான நடுங்கும் குரல்களில்

கைகளை மேலே உயர்த்தி அல்லாஹ்வை பிரார்த்தித்தபடியும் ரகசியக் கண்ணீரைக் கட்டுப்படுத்திக்கொள்வதற்காக உதடுகளைக் கடித்துக்கொண்டுமிருந்தார்கள்.

சக்கரியாவின் மறைவுக்குப் பிறகு இத்தா கடமையைச் சகர்வான் அனுஷ்டிப்பதில் அவர்களது மக்களுக்குச் சந்தேகங்கள் இருந்தன. அது அவளுக்கு வேண்டாதவொரு கடமை என்பதில் ஒற்றுமைப்பட்டவர்களாக இருந்தார்கள். சந்தேகத்தைத் தெளிவுபடுத்திக் கொள்வதற்காக உலமாக்களின் ஆலோசனைகளையும் நாடினார்கள். கணவன் இறந்துவிட்டால் மனைவி இத்தா கடமையைக் கட்டாயம் அனுஷ்டித்தே ஆக வேண்டும் என்பதே அவர்களது பதில். இத்தா என்பது காத்திருத்தல் அதாவது மறுமணத்திற்காகக் காத்திருத்தலும் மனைவி கருவுற்றிருக்கிறாளா என்று அறிந்துகொள்வதும்தானே என்கிற காரணத்தைச் சொல்லி அயானாவும் மற்றப் பிள்ளைகளும் பெரியவர்களைக் குழப்பியடித்துக் கொண்டிருந்தார்கள். மூன்று தசாப்த கால அளவில் கணவனோடு தொடர்புகள் கொண்டிராத கணவனின் உழைப்பை அனுபவித்திராத ஒரு பெண் ஏன் இத்தா இருக்க வேண்டும் என்ற கேள்வி எல்லோருக்கும் இருந்தபோதும், எந்தவிதக் குழப்பமுமில்லாதவளாக சகவர்வான் அந்த முடிவை எடுத்தாள்.

“அவரிட பொஞ்சாதியா என் கடமைகளெச் சரியாச் செஞ்சிருக்கேன். இத்தாவும் இருப்பேன்” என்றாள்.

இத்தா தொடங்கிய ஆரம்ப நாட்கள் பெரும் கொடுமையான பொழுதுகளாக இருந்தன. ஒரு இயந்திரத்தைப் போலவே இயங்கிப் பழகிப்போன சகர்வானுக்கு இத்தா வாசம் கணக்கற்ற அசௌகரியத்தையே அளித்தது. பேரப்பிள்ளைகள் அனைவரும் பள்ளிகளுக்கும் பணிகளுக்கும் சென்றுவிட்டுத் திரும்பி வருகின்றவரைக்கும் நினைத்தவற்றையே நினைத்துச் செய்தவற்றையே செய்து சலிப்படைந்தாள். அலமாரியில் அடுக்கிலிருந்த உடைகளைப் பிரித்துச் சீர்படுத்தினாள். அறையை நாலைந்து முறைகள் துளாவித் துப்புரவாக்கினாள். பகல் பொழுதில் உறங்கிப் பழக்கமற்ற அவளுக்கு சும்மா உட்கார்ந்து எப்படியாக ஒரு பொழுதைக் கழிப்பதென்று தெரியவில்லை. ஒவ்வொருமுறை கடிகாரத்தைப் பார்க்கும்போதும் மட்டக்களப்பு நடைபாதையில் அந்நேரத்திற்குரிய மாறாத அன்றாடம் நடக்கும் காட்சிகளே நினைவில் வந்துபோயின. தன்னிடம் மட்டுமே முந்திரிப்பருப்பு வாங்கிச்செல்லும் நெடுநாள் வாடிக்கையாளர்களை எண்ணிச் சிலபோது நஸ்ட உணர்வுகொண்டாள். மயூரி நகைக்கடைக்கு தகவல் சொல்லப்பட்டுள்ளதால், சில வாடிக்கையாளர்கள் விலாசம் பெற்றுக்கொண்டு ஏறாவூர் வீட்டுக்கே வந்து முந்திரிப்

பருப்பு வாங்கிச்செல்லவும் கூடும் என்று ஊகித்தாள். சில நாட்களிலேயே அவ்வாறு நிகழ்ந்தபோது மகிழ்ச்சியடைந்தாள்.

ஒரு வாரம் பத்து நாட்களாகும்போது சகர்வானின் இந்த சலிப்பைக் கண்டறிந்து அனைவரும் தங்களது செயல்பாட்டு அட்டவணைகளை மாற்றிக்கொள்ளத் தொடங்கினார்கள். யாராவது எந்நேரமும் அவளோடு நேரத்தைக் கழிப்பதுபோல் பார்த்துக்கொண்டார்கள். பிடித்தமான காரியங்களில் ஈடும்படி மக்களும் பேரக் குழந்தைகளும் அவளை வற்புறுத்தினர். அதன் பயனாக பன் ஓலைகளில் பாய்கள் பின்னத் தொடங்கினாள். பெரிய மண் பானைகளில் தண்ணீர் கலந்து நீலம் சிவப்பு பச்சை வண்ணச் சாயங்கள் நுரைபொங்கக் கொதிக்கும்போது பன் புல்லைக் கத்தையாக முக்கியெடுத்து வாசலில் கட்டப்பட்டிருந்த நீண்ட கொடிகளில் தொங்கப்போட்டாள். இதனால் அவளது கைவிரல்களில் 'சாயம்' அப்பிக்கொண்டிருந்தது. மருதாணி போட்டாப்போல அழகாக இருக்கே என்று பேத்திகள் கேலி செய்வதை ரசித்தாள். பருத்திமனையில் புல்லை உட்செலுத்தி வழுவழுவென்று நீவி வரும்வரை அரைத்தாள். இந்தப் பணியில் பெரும்பாலும் எல்லோருமே விளையாட்டாக ஈடுபட்டார்கள். வண்ணப் புற்களைக் கலந்து அலங்காரப் பாய்கள் இழைக்கத் தொடங்கியிருந்தாள்.

தினமும் மாலையில் தலையைக் கோதி விடும்படி விசேஷமாக அயானாவிடம் கோரினாள். "பேன் இருக்கா, ஈர் இருக்கா, தலையிலேயே வச்சு ஊன்டிக் குத்து மகள்" என்பாள்.

"உங்கட தலையில பேனுமில்ல, ஈருமில்ல உம்மம்மா, துடைச்சி வச்ச கண்ணாடிபோல இருக்கு" என்பாள் அயானா. எதிர்ப்படும் ஒவ்வொரு பேரப்பிள்ளைகளிடம் "உங்கட தலையில பேனிருக்கா, ஈரிருக்கா" என்று கேட்பாள் சகர்வான். யாருடைய தலையிலிருந்தாவது ஒரு பேனையோ ஈரையோ பிடித்து இவள் தலையில் வைத்துக் "ச்" கேட்க இரண்டு பெருவிரல்களுக்கிடையில் வைத்து நசித்துக் குத்த வேண்டும். அதில் என்ன சுகத்தைக் கண்டாளோ, அவ்வளவு விரும்பினாள்.

கொண்டாட்டங்களுக்காகப் பண்டிகைகளை ஏங்கிக் காத்துக்கொண்டிருந்த காலம் போய், தினமும் கொண்டாட்டமும் குதூகலமுமாய் ஒவ்வொரு நாளும் நுரைத்து வழிந்தது. திடீர் திண்பண்டங்கள் பலகாரங்களைச் செய்து மக்களையும் பேரப் பிள்ளைகளையும் அசத்தினாள் சகர்வான். பால்ய பருவத்துக் கதைகளோடு தனது கால விளையாட்டுகளைப் பேரப்பிள்ளைகளோடு விளையாடினாள். கொசுமிட்டாய் என்ற விளையாட்டைச் சொல்ல முடியாத ஈடுபாட்டுடன் விளையாடிக் கழித்தார்கள். இனிப்பு மிட்டாய்களை வைத்து விளையாடும் ஒரு

விளையாட்டு. ஒரு மிட்டாயை நாக்கில் நனைத்து தரையிலோ தரை விரிப்பிலோ வைக்க வேண்டும். நாலைந்து பேர் சேர்ந்து விளையாடக்கூடியது. யாருடைய எச்சில் மிட்டாயில் ஈ விரைவாகப் பறந்துவந்து மொய்க்கிறதோ அந்த மிட்டாய்க்கு உரியவர் வென்றவராவார். மற்றவர்கள் எச்சில்படாத ஒவ்வொரு மிட்டாய்களை வென்றவருக்குத் தருவார்கள். இப்படியாகத் தங்களிடமுள்ள மிட்டாய்கள் தீரும்ரையும் விளையாடினார்கள். எச்சில்பட்ட கெட்டியான மிட்டாய்களை வாயில்போட்டு தின்று தீர்த்துக்கொண்டே போட்டிக்காக அடுத்த மிட்டாயைத் தரையில் வைத்தார்கள். இந்த விளையாட்டில் பெரும்பாலும் சகவர்வானே தான் வென்றாள். தனது எச்சில் சுவையை ஈக்கள் அவ்வளவு நேசிப்பதாகச் சொல்லி பேரப்பிள்ளைகளையும் மக்களையும் கடுப்பு உண்டாகச்செய்து சிரித்தாள். வென்று சேமித்த அனைத்து மிட்டாய்களையும் பிள்ளைகளுக்கே பகிர்ந்தளித்தாள்.

இதுபோல தனது இளமைக்காலத்தில் விளையாடிய இன்னொரு விளையாட்டான 'மூத்திரக்குழி'யைக் கூறினாள். ஒரு ஆணும் பெண்ணும் இந்த விளையாட்டில் பங்கேற்க வேண்டும். இருவரும் ஒரே நேரத்தில் ஒரே இடத்தில் மூத்திரத்தைப் பீய்ச்சி அடித்து ஒரு குழியை உருவாக்க வேண்டும். யார் பெரிய குழியை உருவாக்குகிறார்களோ அவர்கள்தான் வென்றவர்கள். இந்த விளையாட்டைச் சகர்வான் சொன்னபோது 'ஈஸ்' 'ஈய்யா..' 'யக்' என்றவாறெல்லாம் கத்திக்கொண்டு நாலாபக்கமும் பேரப்பிள்ளைகள் பறவைகளைப் போலக் கரைந்தோடி உருண்டு புரண்டு வயிறு வலிக்கச் சிரித்தார்கள்.

"இந்த விளையாட்டில எங்களாலதான் வெல்ல முடியும்" என்று பேரன் பைருஸ் சொன்னான்.

"நீட்டிக்கிட்டு இருக்கு என்ட தைரியத்தில சொல்றீங்களா மகன். எங்களுக்கு அப்பிக்கிட்டு இருந்தாலும் நாங்களும் பீச்சியடிப்போம்" என்றாள் சகர்வான்.

பாவாடையைத் தூக்கிப் பிடித்துக் கால்களை அகற்றி மண்ணில் ஊன்றி நின்று இடுப்புக்குக் கீழே முன்னோக்கித் துருத்திக்கொண்டு தான் மூத்திரம் பாய்ச்சி விளையாடியதைச் சொன்னபோது பேத்திகள் முகத்தை மூடிக்கொண்டு வெட்கப்பட்டதைக் கண்டு வியந்தாள். தனது காலத்தைப் போலன்றி பிள்ளைகள் சீக்கிரமாகவே முதிர்ச்சி பெற்றுவிடுகிறார்களா என்று யோசித்தாள். எவ்வளவு ஊக்கப்படுத்தியும் ஐந்தாறு வயது குறுசுகள்கூட இந்த விளையாட்டுக்கு முன்வராதது அவளுக்கு ஏமாற்றமாயிருந்தது. குழந்தைப் பருவம் கழிவதற்குள்ளாகவே இவர்களை ஆக்கிரமிப்புச் செய்திருக்கும் அர்த்தமற்ற வெட்க உணர்வு குறித்து மெய்யாகவே கவலையடைந்தாள்.

பூவரச இலைகளில் பீப்பீ ஊதும் விளையாட்டை ஒரு ஞாயிறு முழுதும் அலுப்புத்தட்டுகிறவரை விளையாடினார்கள். பப்பாளி இலையின் தண்டுக் குழாயை சவர்க்கார நுரையில் காட்டி நுரைகளைக் காற்றில் ஊதிப் பறக்கவிடும் விளையாட்டு சில நாட்கள் நீடித்தது. குழந்தைகள் நுரைப்பந்துகளைப் பிடிக்க கைகளை உயர்த்திக்கொண்டு ஓடினார்கள். உள்ளங்கைளில் தாங்கிய நுரைப்பந்துகள் வெடித்துக் காற்றில் கரைந்துபோகும் அவகாசங்களைக் கணக்கிட்டு ஒரு விளையாட்டையும் நிகழ்த்தினார்கள். நுரைப்பந்தில் சூரியக் கதிர்கள் பட்டு வானவில் உருவாகுவதைக் கண்டு குதூகலித்தார்கள். தென்னோலைகளைக் கிழித்து ஆபரணங்கள் செய்யும் விளையாட்டைச் சில நாட்கள் தொடர்ந்தார்கள். காதணிகள், மாலைகள், மோதிரங்கள், கைக்கடிகாரம், காப்பு என்று எல்லாவித ஆபரணங்களையும் செய்து அணிவித்து மகிழ்ந்தார்கள்.

நீண்டு உயர்ந்த யூகிலிப்டஸ் மரங்கள் அணிவகுத்திருந்த முற்றத்திலும், வெளிறிய திரைச்சீலைகள் தொங்கிய தனது அறையிலும் இந்தக் கொண்டாட்டங்களை நிகழ்த்தினாள் சகர்வான். தன்னுடைய பிள்ளைப் பருவத்தை இப்படியாக மீண்டுமொரு முறை அனுபவிப்பது குறித்து முன்னொருபோதும் கற்பனைகூடச் செய்திராத அவளுக்கு இந்தத் தருணங்கள் தனது காலத்தின் முழுத் துன்பங்களையும் துடைத்தெறிவதுபோல எண்ணற்ற துன்பங்களுக்குப் பிறகு, ஒரு மாபெரும் வெகுமதியை வாழ்க்கை தந்திருப்பதுபோல தோன்றச்செய்தது.

இக்காலத்தின் நடுவே பௌர்ணமியும் வந்துபோனது. இதற்கு முன்பு வந்துபோன எல்லாப் பௌர்ணமிகளையும் போலல்லாத அற்புத உணர்வை அது அளித்தது. பாலாடைத் துணியில் வண்டல் இல்லாது தூய்மையாக வடித்தெடுத்த அதிருஷ்டமான பௌர்ணமி அது. இரவின் இதயத்திற்குள் கிசுகிசுப்பதைப் போல காற்றில் இலைகள் உதிரும்போது உண்டாகும் சிலுசிலுப்பைப் போல அந்தப் பௌர்ணமி ஒரு வித விடுதலையுணர்வை அளித்தது. ஏதோவொரு மென்மையான கூச்சமிக்க சிறிய சிட்டுக்குருவியொன்று அவளிடம் எதையோ சொல்லிவிட்டுப் பறந்ததாக ஒரு கணம் திகைத்தாள். அலரி மரத்திற்குக் கீழே முற்றத்தில் சிரித்துக் கும்மாளமிட்டுக்கொண்டிருந்தவர்கள் யாரும் இந்தக் காட்சியைக் கவனிக்கவில்லையா என்று திடுக்கிட்டுத் திரும்பினாள். அவள் எண்ணங்கள் ஒரு கணம் குழம்பின. இது தனது வாழ்வின் இறுதிப் பௌர்ணமி என்பதுபோலஉணர்வு உண்டாகி மனத்தை லேசாக்கியது. காலத்தின் மகத்தான தாகத்தைத் தீர்த்துக்கொள்வதுபோலப் பௌர்ணமியைப் பார்த்துக் கொண்டிருந்தாள். மேகமூட்டங்களுக்கிடையே தாவி உலாவும் பௌர்ணமியிடம் ஏதோவொரு ரகசியமிருப்பதாக

யோசித்துக்கொண்டிருக்கும்போது மகள் நூர்ஜஹான் அருகே வந்தமர்ந்தாள். கவனத்தைத் திருப்பி அவளுடன் மனம் ஒட்டாத எதையோ சமாச்சாரங்களைப் பேசத்தொடங்கி, கடைசியில் அர்த்தம் நிரம்பிய இந்த வாழ்வின் நிலையாமையைப் பற்றிய குறிப்பீட்டுடன் உரையாடலை முடித்தாள்.

இத்தா காலம் இப்படியே தொடரக் கூடாதா என்று எல்லோரும் நினைத்துக்கொண்டிருந்த, அது முடிவடைந்த கடைசிப் பத்தாவது நாளில்தான் அவளுக்கு வயிற்றுவலி எடுத்தது. பெரும் ஆபத்தின் பூடகமான சமிக்ஞையாக குதம் வழியாக இரத்தம் வெளியேறத் தொடங்கியது. துக்கமும் பரிதாபமும் அந்த வீட்டைச் சீக்கிரமே ஆக்கிரமிக்கத் தொடங்கியது. அவள் எப்போதிலிருந்து ஒரு நோயாளியாக மாறிவந்தாள் என்று யாருக்கும் தெரிந்திருக்கவில்லை. தளர்ந்துபோனதற்கான அடையாளங்கள்கூடத் தெரியாத அபாய சமிக்ஞைகளற்ற முதுமையையே சகர்வான் அடைந்திருந்தாள். இத்தனை விரைவாகத் தன்னையே இழந்துவிடும் ஒரு அபாய நிலையைத் தான் அடைந்துகொண்டிருப்பது குறித்து முன்னுணர்வுகளுக்குத் தெரிந்துகொண்டே தனக்குத் தானே தீங்கிழைத்தாளா? நீண்டகால நோயின் வரலாற்றுத் தடங்களை மருத்துவர்கள் வரிசைப்படுத்திக் கூறியபோது தன்னைப் பயனின்மையாகத் தனது தோல்வியாக நோய் மாற்றிவிடலாம் என்ற அச்சத்தால் மறைத்தாளா என்று பலவாறாகச் சிந்தித்து அவளது மக்கள் ஒவ்வொருவரும் மனம் வதைந்து குற்றவுணர்வு கொண்டனர்.

அவர்கள் எதிர்பார்த்ததைவிடவும் விரைவாக அந்தச் செய்தி அவர்கள் செவிகளை வந்தடைந்தது. ஐ.சீ.யூ.விலிருந்த சகர்வான் பிரேதமாகவே கொண்டுவரப்பட்டாள். முதுமையின் வசீகரத்தால் உந்தப்பட்ட ஒரு பெண்ணாக உறக்கத்திலிருந்தது சகர்வானின் வெளிர்ந்த முகம். குடும்பத்தின் மொத்த சுமையையும் தன்னுடைய தோள்களில் சுமந்த அவளது சின்ன உருவத்தின் மீது அழுது புரண்டார்கள். பரபரப்பு மிகுந்த வாழ்வில் தனக்குள் நிகழ்ந்த மாற்றங்களை வெளிச்சமிட்டுக்காட்டத் தவறிய காலத்தின் மீது எந்தவித முறைப்பாடுகளுமற்று நிச்சலனமாகச் சயனித்திருந்தாள்.

வியாழக்கிழமை பிற்பகல் இரண்டு மணிக்கு அவளது உடலை வீட்டுக்குக் கொண்டுவந்து மக்கள் பார்வைக்காக ஒரு மணிநேரமளவில் வைத்திருந்தார்கள். பள்ளிவாயல்களில் ஒலிபரப்பப்பட்ட பணிக்கர் பேத்தி சகர்வான் இறந்துவிட்டாள் என்ற மரணச் செய்தி கேட்டு ஆண்களும் பெண்களும் கூட்டம் கூட்டமாக வந்து சேர்ந்தனர். வாழ்வின் இரக்கமற்ற தண்டனைகளில் கழிந்துபோன ஒருத்தியின் ஈமச்சடங்கில்

பங்கேற்க போட்டவை போட்டபடி கிடக்க வீடுகளைப் பூட்டிக்கொண்டு ஊர் மக்கள் விரைந்தார்கள். ஆலையடி வீதி ஊசி விழ முடியாதளவு சனக்கூட்டத்தில் மூச்சுத் திணறியது. முற்றத்திலும் திண்ணைகளிலும் கூட்டமாகக் கூடிய மக்கள் அவளது பெருமைகளைப் பற்றிச் சிலாகித்துக்கொண்டிருந்தார்கள். அவள் இன்னும் சில காலம் வாழ்ந்திருக்க வேண்டும் என்பதாகச் சிலர் மெய்யாகவே பச்சாதாபப்பட்டார்கள். அவளேன் இத்தா இருந்தாள் என்றும், இந்த ஓய்வு காலம்தான் அவளது உடலைப் பாழ்படுத்திவிட்டது என்றும் தங்கள் கருத்துக்கு தோன்றியவற்றையெல்லாம் கூறிப் புலம்பிக் கொண்டிருந்தார்கள்.

புத்தம்புதிய சந்தனக் கட்டையை அரைத்துச் சுத்தமான குளிர்ந்த கிணற்று நீரில் கலந்து அவளுடலைக் குளிப்பாட்டினார்கள். நெஞ்சுகள் புடைத்து விம்ம அவளது நான்கு பெண்மக்களே இந்தக் கடமையைச் செய்தார்கள். நோவுண்டாகிவிடக் கூடாதென்று அஞ்சியவர்களாகப் பச்சிளங்குழந்தையைக் குளிப்பாட்டுவதுபோலக் கவனமாகத் தண்ணீரை உடலில் ஊற்றிக் குளிர்ந்துபோன உடலைத் தடவிக் கழுவினார்கள். சந்தன நறுமணம் கமகமக்க மரணம் என்பது புதிய சக்தியும் புதிய வளமும் என்று முன்கூட்டியே தெரிந்துகொண்டு அசூயையற்றுப் படுத்திருப்பதைப் போலவிருந்த தாயின் உடலைக் கபனிட்டார்கள். அவள் முன்கூட்டியே அலமாரியில் வாங்கிவைத்திருந்த வெண்ணிறப் பருத்திப் புடவைகளைக் கிழித்து தாடையோடு தலையைச் சேர்த்தும் நீட்டிய கால்களின் இரு பெருவிரல்களைச் சேர்த்தும் முடிந்தார்கள். சக்கரியாவின் உடல் நிலை சீரிழந்துவிட்டதைச் சொன்னவுடனே கபன் புடவையைத் தூக்கிக் கொடுத்தாளே, அவரை மரணம் நெருங்கிவிட்டது என்று எப்படிக் கண்டுணர்ந்தாள்? நோயின் எந்தவித அறிகுறிகளும் இல்லாது ஒரு சுகபோகியைப் போல வாழ்ந்தவள் கபன் துணியை வாங்கிவைத்திருப்பதன் ஓர்மம் பற்றிய கேள்விகள் மட்டுமே அவளது மக்களிடம் எஞ்சியிருந்தன. அத்தரும் பன்னீரும் கலந்து முக்கிய பஞ்சு உருண்டைகளை சகர்வானின் காது மூக்குத் துவாரங்களில் செருகினார்கள்.

இவற்றுக்கு அப்பால் சகர்வானின் கரங்களைத் தொட்டு நெற்றியில் முத்தமிட்டு ஸலாம் கூறிவிடத் துடித்த மனத்தோடு ஒரு சீவன் வீட்டு முற்றத்தில் மன்றாடிக்கொண்டு நின்றது. அது அபூபக்கர். சகர்வானின் ஒரே தம்பி. முன்பு போன்ற தீவிரத்தன்மைகளை இழந்து நிதானமான சன்னமான குரலில் கெஞ்சிக்கொண்டிருந்தார். கடந்தகாலத்தின் நிரந்தமற்ற ஆதாரங்களில் தொங்கிக்கொண்டிருந்த அபூபக்கரின் கெஞ்சும் குரலைச் செவிமடுக்கத் தக்க மனங்கொண்டோர் துரதிருஷ்டவசமாக அங்கு யாரும் இருக்கவில்லை. அவருக்கு

சகர்வான் அளித்த தண்டனையை நிறைவேற்றுவதில் இரக்கமற்றவர்களாக இருப்பதொன்றே அப்போதைக்கு அந்த இடத்தில் சாத்தியமானதாக நியாயமானதாக சகர்வானுக்குச் செய்யும் பெருங்கடமையாக இருந்தது.

இறுதி ஊர்வலத்தில் வரத் தகுதியற்ற ஒரு மனிதனாகத் தம்பியை எப்போதோ அவள் தீர்மானித்திருந்தாள். தனது சவக்குழியில் ஒரு பிடி மண்ணை அள்ளிப் போடவும் அவனை அனுமதிக்கக் கூடாதென்பதே அவளது உருக்கமான வேண்டு கோள். அவனது துரோகச் செயலுக்கு அளிக்க முடிந்த ஒரே தண்டனையாக இதுவொன்றே அவளுக்குச் சாத்தியப்பட்டது.

அக்டோபர் மாத நடுப்பகுதியில் வீட்டு நடுத்திண்ணையில் வந்தமர்ந்துகொண்டு அந்த வேண்டுகோளை அபூபக்கர் முன்மொழிந்தான். அவன் ஓட்டமாவடி நகரத்தில் நடத்திக் கொண்டிருந்த உணவகம் நஷ்டமடைந்திருந்த காலம் அது. மத்திய கிழக்கிற்குப் பணியாளர்களாகப் பெண்களை அனுப்பும் முகவர் வேலை செய்யப் போவதாக அவன் கூறிக்கொண்டிருந்தான். அவனது புதிய வியாபார முயற்சி குறித்து சகர்வானுக்கு ஒன்றும் புரியவில்லை. அதைக் குறித்து அக்கறையில்லாதபடியால் அவளிடம் கேள்விகளும் இருக்கவில்லை.

கட்டுக்கலியாவில் குத்தகைக்கு எடுத்த பத்து ஏக்கர் வயல் நிலம் பேரன்புடன் சகர்வானை ஆசிர்வதித்திருந்தது. அபூபக்கர் வாசல் தேடி வந்து நேர விரயம் செய்வதற்குக் காரணமும் இந்த அமோக அறுவடைதான் என்பது சகர்வானுக்குப் புரிந்த போதும், அதைக் குறித்து அவனைக் காயப்படுத்தும் சொற்களை வீசிவிடாதிலிருப்பதில் கவனமாக இருந்தாள். வாழ்வில் தான் அனுபவித்து வரும் துயரங்களுக்கு யாரும் காரணமோ பொறுப்போ இல்லை என்பதில் அசைக்க முடியாத நம்பிக்கை கொண்டிருந்தாள். அறுவடை செய்து அடுக்கிவைக்கப்பட்டிருந்த இருநூற்றி ஐம்பது நெல் மூட்டைகளில் அபூபக்கரின் கண்கள் குறியாயிருந்தன. மூன்றாவது மகள் சாஜஹானின் கல்யாணக் கனவுகளை ஒவ்வொரு நெல் மூட்டையிலும் கட்டி அடுக்கியிருந்தாள். ஆறு மாதங்களுக்கும் மேலான கடிய உழைப்பு. இரவும் பகலுமான ஓய்வற்ற அலைச்சல். பகல் பூராகவும் மட்டக்களப்பு பெரு நகரின் நடைபாதையில் முந்திரிப் பருப்பு வியாபாரம்.

“என்ட குமரு காரியங்களெ முடிக்கிறதுக்காக வயித்தெ வாயெக் கட்டிச் செஞ்சிருக்கிற உழைப்பில குறுக்கே வராதீங்க தம்பி” என்று அபூபக்கரின் எதிர்பார்ப்பை உடனடியாக கிள்ளி எறிந்தாள்.

"என்னெ நம்புங்க றாத்தா. அல்லாஹ்ற மேல சத்தியமாக, உங்களுக்குத் தேவைப்படுறதுக்கு முன்பே திருப்பித் தந்துவிடுவேன்"

"இத்தனையும் எனக்குச் சொந்தமுமில்லை. இளைய மருமகனையும் கேக்கணும். பணம்தான் என்ட. உழைப்பில பெரும்பகுதி அவருட. பாதியளவு நெல்மூட்டைகள் அவருக்குப் போக வேண்டியது." வெளிப்படையாகவும் நேர்மைத்தனமாகவும் கயறுநிஸாவின் கணவன் சின்னவனின் உழைப்புக்குக் கூலியாக அறுவடையில் சரிபாதியை அளிக்க இருப்பதைக் கூறினாள்.

"உங்கட பங்கை மட்டும் தாங்க றாத்தா. நம்புங்க! மூணு மாசம் சுணங்காது, உங்கட நெல்லுக்குப் பெறுமதியான காசோட வாசல்ல வந்து நிப்பேன். காசு தரும்போது நெல்லுக்கு என்ன பெறுமதியோ அதையே தந்திடுறேன். நாலு பொம்பிளையை வெளிநாட்டுக்கு அனுப்பினாப் போதும் உங்கட நெல்லுக்குரிய பெறுமதியில இரண்டு மடங்கு பணம் பார்த்திரலாம்."

இருவரும் பாசத்தால் கரையாத ஒரே கவசத்தால் மூடப்பட்டவர்கள். அப்படியிருந்தும் அபூபக்கரின் நயமான வார்த்தைகளில் மயங்கிவிடக் கூடாதென்பதில் உறுதியாக இருந்தாள். ஒவ்வொரு நாளும் மட்டக்களப்பிலிருந்து வீட்டுக்கு வந்து வியாபாரப் பெட்டியைத் தலையிலிருந்து இறக்கி வைக்கும்போதெல்லாம் அவன் எதிரே வந்து நின்றான். அவளது பலயீனமான புள்ளியைத் தொட்டுவிடும் விதமான கெஞ்சும் சொற்களால் அந்த வீட்டையே நிரப்பினான். தம்பியின் கெஞ்சல்களில் கரைந்து, மருமகனின் உழைப்புக்கான ஊதியமாக சரிபாதி அறுவடையையும் நிலத்தின் குத்தகைப் பணம் போன்ற இன்னோரன்ன செலவுகள் போக அவளது லாபக் கணக்காக எஞ்சிய ஐம்பது நெல் மூட்டைகளில் நாற்பத்தியொன்பதைத் தம்பிக்கு கொடுத்தாள். ஒரு நெல் மூட்டையை வீட்டுத் தேவைக்கென்று ஒதுக்கினாள்.

அபூபக்கர் நினைத்ததைவிடவும், பெண்களை அடிமைகளாக ஒப்பந்தம் செய்து மத்திய கிழக்கிற்கு அனுப்பும் வியாபாரம் ஓஹோவென்று அசூரத்தனமாக வளர்ந்தது. போரும் வறுமையும் சீதனம் போன்ற பண்பாட்டுக் கேடுகளும் பெண்களுக்குச் செல்வம் கொழிக்கும் பூமியாக மத்தியகிழக்கைக் காட்டிக் கொடுத்தது.

சத்தியம் செய்தபடி மூன்று மாதங்களில் நாற்பத்தியொன்பது நெல்மூடைகளுக்கான பணத்தோடு அபூபக்கர் வருவான் என்று காத்திருந்தாள் சகர்வான். அவள் திசையில் அவன் ஒருபோதும் வரவில்லை. அவனது இந்தச் செய்கை வியப்பளித்தாலும் நம்பிக்கையோடு தினமும் அவன் வீட்டுப்படி ஏறியிறங்கினாள்.

மட்டக்களப்பிலிருந்து வியாபாரத்தை முடித்துக்கொண்டு வந்து பிரதான வீதியில் பஸ் தரிப்பிடத்தில் இறங்கி அபூபக்கரின் வீட்டைக் கடந்தே வர வேண்டும் அவள். காட்டுப்பள்ளி இருந்த நெடும்பாதையின் தொடக்கத்தில் ரூபிமன்ஸில் பள்ளியை அடுத்து அபூபக்கரின் பெரிய கல் வீடு ரோட்டைப் பார்த்தபடி இருந்தது. சகர்வானை ஒருபோதும் நேருக்கு நேராகச் சந்திக்கும் சந்தர்ப்பத்தை அவன் அளிக்கவேயில்லை. அவனது மனைவி, பொருத்தமற்ற விதமான சொற்களாலும் செய்கைகளாலும் அவளை வேதனை செய்தாள். முதல் இரண்டு முறைகள் சென்றபோது “வாங்க மச்சி வாங்க” என்று உபசரித்தவள்தான். நடிப்பைத் தக்கவைப்பதற்குரிய திறமை அவளுக்கு வாய்க்கவில்லை. அத்தோடு ஒரேவிதமாக நடித்துக்கொண்டிருப்பது அவளுக்குச் சலிப்பாக இருந்திருக்கும்.

ஒருமுறை சகர்வான் அவர்களது வீட்டு வாசலை நெருங்கிக் கொண்டிருந்தபோது, அங்கே முற்றத்தில் விளையாடிக் கொண்டிருந்த மகனிடம் “துறந்து கிடந்தாப் போதுமெ கண்ட நாயெல்லாம் உள்ளுக்கு வரும், டேய் மிஸ்பார் கேற்றைப் பூட்டுடா” என்று கத்திக்கூறினாள். இந்த சம்பவத்திற்குப் பிறகு, நிரந்தரமாகவே அபூபக்கரின் வீட்டு வாசலை மறந்தாள் சகர்வான். தனது வாழ்வில் இப்படியொரு தம்பி இருந்தான் என்பதை நிரந்தரமாக மறந்துவிடுவதென்று முடிவெடுத்தாள். குடும்பத்தைப் பற்றிய உரையாடல்களில்கூட அவனை மறந்துவிடுவதற்கு அவள் தன்னைச் சிரமப்பட்டுப் பழக்கப்படுத்தினாள். அபூபக்கரின் இந்தத் துரோகச் செயல் சகர்வானை எந்தக் காலத்துடனும் அவனைப் பொருத்த முடியாத வெறுப்பை நோக்கி நகர்த்தியது. இதை மிகத் தேவையான நினைவுகளில் ஒன்றாக மறக்க விரும்பாதவளாக எப்போதும் நினைவுபடுத்திக் கொண்டே இருந்தாள்.

அவளது உழைப்பைச் சுரண்டிக்கொண்டு போனவன் ஒரு தொழில்முறைத் திருடனாக இருந்திருந்தால்கூட மன்னித்திருப்பாள். தனது எல்லாவித தேவைகளும் சிக்கல்களும் அறிந்த உடன்பிறப்பு இப்படியொரு துரோகத்தைச் செய்துவிட்டு குற்றவுணர்வின்றி வாழ்வதை அவளால் ஜீரணித்துக் கொள்ளவே முடியவில்லை. தனது பூதவுடலைக்கூட அவனைக் காணச்செய்யக் கூடாதென்று இறப்பதற்கு பல காலங்கள் முன்பே மக்களிடம் சத்தியம் கோரியிருந்தாள்.

இடைப்பட்ட காலத்தில் ஒருமுறை ஹஜ்ஜுக்குச் செல்லப் போவதாகச் சொல்லிக்கொண்டு சகர்வானைப் பார்த்துவிடக் கெஞ்சித் திரிந்தான் அபூபக்கர். “ஹஜ் கடமைய மக்காவில் போய்த்தானே செய்யணும், இஞ்சென்ன வேலெயாம்” என்றபடி

அறைக்குள் புகுந்து கதவுகளைச் சாத்திக்கொண்டிருந்தாள். நீண்டநேரம் காத்திருந்து விட்டு அபூபக்கர் ஏமாற்றத்தோடு வெளியேறிச் சென்ற அன்றும் சகர்வான் கூறினாள். “இவனை எனது மையித்தைப் பார்க்கவும் அனுமதிக்கக் கூடாது”

ஹஜ் செய்தவற்குப் போதுமான வசதியும் உடல் பலமும் இருந்தும் வாழ்க்கைத் துணையிழந்த மகள் சாஜஹான், வீடு நிரம்பக் குமரிகளாகி வலம்வந்த பேரப்பிள்ளைகளின் பொருட்டு தனது கடமைகள் இன்னும் முடியவில்லை என்பதாகக் கூறித் திருப்தி கொண்டாள். ஒரு கடனாளியாக அபூபக்கர் ஹஜ்ஜுக்குச் செல்வது வேடிக்கையாக இருப்பதாகவும் சொல்லிவந்தாள்.

நெடிய இந்த வாழ்வில் தாய்க்கு நடந்தேறிய பல கொடுமை களுக்குப் பிராயச்சித்தமாக எந்தவொரு கடமையும் செய்திராத அவளது மக்களுக்கு அபூபக்கரை அஞ்சலி செலுத்தவிடாது தடுப்பதென்பது மிக முக்கியமான வரலாற்றுக் கடமையாக இடம்பிடித்திருந்தது.

“உம்மாவுடைய மையித்தை அசம்பாவிதங்கள் இல்லாத விதமாக அமைதியா அடக்கம் செய்ய விரும்புறோம். தயவுசெஞ்சு இங்கயிருந்து போயிடுங்க மாமா” என்று அவரை உம்மு ஜெஸீமா கெஞ்சும் தொனியிலேயே விரட்டினாள்.

இறுகிப்போன ஒரு மனிதராகத் தன்னைத்தானே பூட்டிக் கொண்ட ஒரு மனிதராகத் தலையைக் குனிந்தபடி நின்றார். மனிதனுக்குரிய எந்த எதிர்வினையையும் அவர் ஆற்றவில்லை.

நாசியைத்துளைக்கும் பன்னீர் வாசனையுடன் அறையைவிட்டு சகர்வானின் ஜனாஸா சந்தக்கை வெளியேற்றினார்கள். பச்சை நிற வெல்வெட் துணியில் மூடப்பட்ட வெள்ளி மூலைகள் கொண்ட சந்தக்கை வெளியே எடுத்து முன்னாலும் பின்னாலும் வலப்புறம் இடப்புறமாகவும் பன்னீரைத் தெளித்தபடி பிரார்த்தனைகளுடன் இறுதி ஊர்வலத்தைத் தொடர்ந்தார்கள். சகர்வானின் மருமக்களும், பேரன்களும் மாறிமாறி சந்தக்கைச் சுமந்துகொண்டு நடந்தார்கள். கண்களின் ஓரங்களில் தெரிந்த சிவப்புக் கோடுகளை அறியாதவர்களாகக் கால்கள் தடுமாறி விழுந்துவிடக் கூடாதென்ற கவனத்துடன் சந்தக்கைச் சுமந்திருந்தார்கள்.

சகர்வான் கற்றுக்கொடுத்ததுபோல ஒரு துளிக் கண்ணீர் சிந்தாமல் ஜனாஸாவுக்கு வந்திருந்தவர்களுக்கு வழியனுப்பு விருந்தளித்து உபசரிக்கத் தொடங்கினார்கள் அவளது மக்களும் பேரப்பிள்ளைகளும்.